Tội Lỗi, Công Bình, và Phán Xét

"Khi Ngài đến thì sẽ khiến thế gian tự cáo về tội lỗi, về sự công bình và về sự phán xét ..."

(Giăng 16:8)

Loạt bài về Thánh Khiết và Quyền năng (Giới thiệu 1)

Tội Lỗi, Công Bình, và Phán Xét

Hai Tuần Đặc Biệt với Loạt Bài Giảng Phục Hưng
Series – 1

Dr. Jaerock Lee

Về Tội Lỗi, Sự Công Bình Và Sự Phán Xét bởi Dr. Jaerock Lee
Xuất bản bởi Urim Books (Đại diện: Johnny. H. Kim)
73, Yeouidaebang-ro 22-gil, Dongjak-gu, Seoul, Hàn Quốc
www.urimbooks.com

Đã đăng ký Bản quyền. Không được sao chép dưới bất kỳ hình thức nào, lưu trữ trong hệ thống truy xuất, hoặc truyền dưới bất kỳ hình thức hoặc bằng bất kỳ phương tiện nào, điện tử, máy móc, sao chụp, ghi âm hoặc bằng cách khác mà không được sự cho phép bằng văn bản của nhà xuất bản.

Trừ khi có ghi chú khác, tất cả các trích dẫn Kinh Thánh đều được lấy từ Kinh Thánh, NEW AMERICAN STANDARD BIBLE,® Copyright © 1960, 1962, 1963, 1968, 1971, 1972, 1973, 1975, 1977, 1995 của The Lockman Foundation. Được sử dụng theo sự cho phép.

Bản quyền © 2016 của tiến sĩ Jaerock Lee
ISBN: 979-11-263-1171-2 03230
Bản Quyền Dịch Thuật © 2013 bởi Dr. Esther K. Chung. Được sử dụng theo sự cho phép.

Xuất Bản lần đầu tháng 12 năm 2023

Trước đây được xuất bản bằng tiếng Hàn vào năm 2011 bởi Urim Books tại Seoul, Hàn Quốc

Chỉnh sửa bởi Tiến sĩ Geumsun Vin
Thiết kế bởi Cục biên tập Urim Books
Để biết thêm thông tin, liên hệ: urimbook@hotmail.com

Ghi Chú của Tác Giả

Cầu nguyện rằng độc giả sẽ trở thành những người công chính nhận được tình yêu và phước lành lớn lao của Đức Chúa Trời...

Khi nhà cải cách vĩ đại, Martin Luther còn trẻ, ông đã trải qua một sự kiện đau buồn. Một ngày nọ, trong khi ông và một người bạn đứng dưới một gốc cây để tránh mưa, sét đánh, và người bạn bên cạnh ông đã chết. Do sự kiện này, Luther trở thành một tu sĩ, và ông phải sống với nỗi sợ hãi Đức Chúa Trời Đấng phán xét và lên án tội lỗi. Mặc dù ông đã dành rất nhiều thời gian trong việc xưng tội, ông vẫn không thể tìm ra một giải pháp cho vấn đề tội lỗi. Cho dù học Kinh Thánh bao nhiêu, ông cũng không thể tìm ra câu trả lời cho câu hỏi, "Làm sao để một người không công bình có thể làm đẹp lòng Đức Chúa Trời công chính?"

Một ngày nọ, khi đọc một trong những thư tín của Phao-lô, cuối cùng ông đã tìm thấy sự bình an mà ông đang tìm kiếm rất vất vả. Ấy là như đã được bày tỏ trong Rô-ma 1:17, "Vì trong Tin lành nầy có bày tỏ sự công bình của Đức Chúa Trời, bởi đức tin mà được, lại dẫn đến đức tin nữa, như có chép rằng: Người công bình sẽ sống bởi đức tin." Luther trở nên sáng tỏ về "sự công bình của Đức Chúa Trời". Mặc dù cho đến thời điểm này, ông chỉ biết về sự công bình của Đức Chúa Trời phán xét tất cả mọi người, giờ đây ông nhận ra sự công bình của Đức Chúa Trời về sự tha thứ dồi dào cho tất cả những người tin Chúa Giê-su Christ, và Ngài thậm chí còn gọi họ là 'công bình'. Sau khi nhận ra điều này, Luther sống với một niềm đam mê bất diệt cho lẽ thật.

Theo cách này, không chỉ Đức Chúa Trời hào phóng thừa nhận những người tin vào Chúa Giê-su Christ là 'công bình', mà Ngài còn ban cho họ Đức Thánh Linh như một sự ban cho để họ có thể nhận biết về tội lỗi, sự công bình, và sự phán xét, để họ có thể tự nguyện tuân theo Đức Chúa Trời và hoàn thành ý muốn của Ngài. Vì vậy, chúng ta không nên dừng lại ở việc tiếp nhận Chúa Giê-su Christ và được gọi là công bình. Trở nên một người công bình thực sự bằng cách trừ bỏ tội lỗi và sự dữ ra khỏi lòng mình với sự giúp đỡ của Đức Thánh Linh.

Trong 12 năm qua, Đức Chúa Trời đã cho hội thánh chúng tôi tổ chức sự kiện phục hưng đặc biệt trong hai tuần mỗi năm để tất cả các tín hữu trong hội thánh có thể nhận được phước lành về việc trở thành người công bình bởi đức tin. Ngài dẫn chúng ta đến nơi mà chúng ta có thể nhận được sự đáp lời cho tất cả các loại cầu nguyện mà chúng ta dâng lên cho Ngài. Ngài cũng cho chúng ta hiểu những khía cạnh khác nhau về tâm linh, lòng nhân từ, sự sáng và tình yêu, để chúng ta có thể nhận được quyền năng của Đức Chúa Trời trong đời sống mình. Và, với mỗi năm trôi qua khi chúng ta thực hiện những bước tiến về đức tin và quyền năng, Đức Chúa Trời ban phước cho nhiều người thuộc mọi quốc gia để trải nghiệm quyền năng của Ngài như có chép trong Kinh Thánh là điều vượt thời gian và không gian.

Chúng tôi đã xuất bản loạt bài giảng phục hưng, "Thánh Khiết và Quyền Năng", trong đó có sứ điệp về sự tiên liệu sâu nhiệm của Đức Chúa Trời, để các độc giả có thể học hỏi về những điều đó một cách có hệ thống. Các sứ điệp phục hưng từ ba năm đầu tiên được xem như là một "Lời Giới Thiệu." Chúng được đề cập đến việc đi theo con đường của sự công bình thực sự bằng cách phá bỏ bức tường tội lỗi giữa chúng ta và Đức Chúa Trời. Sau đó, các sứ điệp từ bốn năm tới dạy về làm việc hướng tới sự thánh thiện và quyền năng, được xem là "Thông điệp cốt lõi". Cuối cùng, các thông điệp từ năm năm cuối sẽ bao gồm cách để trải nghiệm quyền năng của Đức Chúa Trời bằng cách làm theo Lời Chúa. Điều nầy sẽ là phần "Ứng dụng" của ấn phẩm này.

Ngày nay, có nhiều người cứ sống mà thậm chí không hề biết tội lỗi, công bình, và phán xét là gì. Ngay cả những người đi nhà thờ cũng không có sự bảo đảm về sự cứu rỗi, và họ sống cuộc sống thế tục - giống như mọi người khác trên đời này. Hơn nữa, họ không sống đời sống Cơ Đốc nhân là những người công bình theo Đức Chúa Trời, mà là công bình theo những gì họ cho là công bình. Vì vậy, Về Tội Lỗi, Công Bình, Và Phán Xét là cuốn sách đầu tiên của loạt bài giảng về Thánh Khiết và Quyền năng đề cập đến cách chúng ta có thể sống một đời sống Cơ Đốc nhân thành công bởi việc được tha thứ tội lỗi mình và bởi việc hoàn thành sự công bình của Đức Chúa Trời trong cuộc sống của chúng ta.

Để làm vững việc giảng dạy này với bằng chứng về quyền năng

của Ngài, trong phần đầu của ngày đầu phục hưng năm 1993, Đức Chúa Trời đã hứa ban phước cho hàng chục cặp vợ chồng đã kết hôn từ 5-6 năm, và thậm chí đến 10 năm mà không có con. Đến cuối cuộc phục hưng, hầu như tất cả các người vợ trong các cặp vợ chồng này đều có thai và bắt đầu công việc chăm lo gia đình.

Tôi muốn cảm ơn Geumsun Vin, Giám đốc Văn phòng Biên tập và nhân viên của bà đã nỗ lực hết sức để công bố cuốn sách này, và trong danh Chúa tôi cầu nguyện rằng nhiều người đọc cuốn sách này có thể giải quyết vấn đề tội lỗi, từ đó nhận được sự đáp lời cho tất cả những lời cầu nguyện của họ!

Tháng ba, năm 2009
Jaerock Lee

Lời mở đầu

Cuốn sách này, có tiêu đề Tội Lỗi, Công Bình Và Phán Xét, gồm năm chương dành riêng cho từng chủ đề về tội lỗi, sự công bình và sự phán xét. Cuốn sách này giải thích chi tiết cách người ta có thể tìm ra giải pháp cho vấn đề tội lỗi, làm sao người ta có thể sống một đời sống phước hạnh bằng cách trở thành người công bình, và làm sao người ta có thể tránh được sự phán xét hầu đến và thay vào đó là vui hưởng phước hạnh đời đời.

Chương đầu tiên nói về tội lỗi có tựa đề là "Sự cứu rỗi". Chương sách nầy giải thích tại sao con người cần phải được cứu và ý nghĩa thực sự cũng như phương pháp tiếp nhận sự cứu rỗi. Chương tiếp theo, "Đức Cha, Đức Con và Đức Thánh Linh", hướng dẫn người đọc hiểu chính xác quyền năng và thẩm quyền của Đức Chúa Trời, danh Chúa Giê-su Christ, và sự hướng dẫn của Đức Thánh Linh hết thảy đồng hành cùng nhau trong Đức Chúa Trời Ba Ngôi, vì vậy người ta có thể nhận được một giải pháp rõ ràng cho vấn đề tội lỗi và đi đúng con đường hướng tới sự cứu rỗi.

Chương có tựa đề "Công Việc của Xác Thịt" phân tích và giải thích chủ đề về bức tường tội lỗi đứng giữa con người và Đức Chúa Trời. Chương tiếp theo, có tựa đề "Vì vậy, Hãy Kết Quả để Xứng Đáng với Sự Ăn Năn", giải thích tầm quan trọng của việc sanh bông trái để xứng đáng với sự ăn năn hầu cho đạt được sự cứu rỗi hoàn toàn qua Đức Chúa Giê-su Christ.

Chương cuối cùng liên quan đến tội lỗi, có tựa đề, "Hãy Gớm Ghiếc Sự Ác; Theo Đuổi Thiện Lành", dạy người đọc biết trừ bỏ điều ác là những điều chọc giận Đức Chúa Trời, và hành động với lòng nhân từ, theo Lời lẽ thật.

Tiếp theo, trong chương đầu liên quan đến công bình, "Sự Công Bình Dẫn Đến Sự Sống", nói rõ cách chúng ta — tất cả nhân loại — nhận sự sống đời đời qua hành động công bình của Chúa Cứu Thế Giê-su. Trong chương có tựa đề, "Người Công

Bình Sống Bởi Đức Tin", giải thích tầm quan trọng của việc nhận biết rằng sự cứu rỗi chỉ có thể được nhận lãnh bởi đức tin; và đó lý do chúng ta phải có đức tin thật.

Chương 8, "Về sự vâng phục của Đấng Christ", giải thích rằng người ta phải đánh đổ những suy nghĩ và luận thuyết xác thịt và chỉ tuân theo Đấng Christ để có thể có đức tin thật và vui hưởng cuộc sống thịnh vượng đầy phước hạnh và sự đáp lời cho những lời cầu nguyện. Chương 9, "Ngài là Đấng mà Đức Chúa Trời Khen Ngợi", xem xét kỹ hơn đời sống của nhiều tổ phụ đức tin, dạy người đọc biết cách người ta phải hành động để trở thành một người được Đức Chúa Trời khen ngợi. Chương cuối cùng, liên quan đến sự công bình, có tựa đề "Phước Lành". Đó là một sự quan sát về đời sống và đức tin của Áp-ra-ham – tổ phụ đức tin và hạt giống của các phước lành — kế đến là một số cách thức thực tế trong đó người tin Chúa có thể vui hưởng đời sống phước hạnh.

Trong chương đầu liên quan đến sự phán xét, có tựa đề "Tội Bất Tuân Đức Chúa Trời", đi sâu vào những hậu quả xảy ra khi người ta phạm tội chống lại Đức Chúa Trời. Chương tiếp theo,

"Ta Sẽ Xóa Bỏ Loài Người Khỏi Mặt Đất", mô tả sự phán xét của Đức Chúa Trời xảy ra khi sự gian ác của con người đạt tới giới hạn của nó.

Chương sách có tựa đề "Chớ Chống Nghịch Ý Muốn của Ngài", nói với người đọc rằng sự phán xét của Đức Chúa Trời xảy đến khi người ta chống lại ý muốn của Ngài, rằng họ nên nhận ra phước hạnh lớn lao ấy là làm theo ý muốn của Đức Chúa Trời và có thể trở nên vâng phục Đức Chúa Trời. Trong chương có tựa đề "ĐỨC GIÊ-HÔ-VA Vạn Quân Phán Vậy", tác giả giải thích chi tiết cách người ta có thể được chữa lành và được đáp lời cho những lời cầu nguyện. Ông cũng giải thích tầm quan trọng của việc trở thành một người công bình, kính sợ Đức Chúa Trời.

Và chương cuối cùng, "Về Tội Lỗi, Sự Công Bình, Và Phán Xét", mở ra cách giải quyết vấn đề tội lỗi; trở thành người công bình; gặp gỡ Đức Chúa Trời hằng sống; cách để tránh Sự Phán Xét Cuối Cùng hầu đến; và nhận lấy cuộc sống phước hạnh đời đời.

Cuốn sách này giải thích những cách cụ thể trong đó chúng ta là những người đã tin nhận Chúa Cứu Thế Giê-su và nhận được Đức Thánh Linh có thể nhận được sự cứu rỗi và sự sống đời đời, sự đáp lời cho những lời cầu nguyện và phước lành. Tôi cầu nguyện trong danh Chúa rằng qua cuốn sách này, nhiều người sẽ trở thành những người nam và người nữ công bình, những người đẹp lòng Đức Chúa Trời!

Tháng 3, 2009
Geumsun Vin
Giám đốc Ban Biên tập

Mục Lục

Ghi Chú của Tác Giả
Lời Mở Đầu

Phần 1 Về Tội Lỗi...

Chương 1 Sự Cứu Rỗi · 3

Đức Chúa Trời Đấng Tạo Hóa và loài người
Bức tường tội lỗi giữa Đức Chúa Trời và loài người
Ý nghĩa thật của sự cứu rỗi
Phương pháp cứu rỗi
Tiên liệu về sự cứu rỗi qua Chúa Giê-su Christ

Chương 2 Đức Cha, Đức Con, và Đức Thánh Linh · 13

Đức Chúa Cha là Ai?
Đức Chúa Cha – Đấng điều khiển công cuộc giáo hóa nhân loại
Đức Chúa Con, Giê-su Christ là Ai?
Đức Chúa Giê-su Christ Đấng Cứu Thế
Đức Thánh Linh, Đấng Vùa Giúp là Ai?
Công việc của Đức Thánh Linh, Đấng Vùa Giúp
Đức Chúa Trời Ba Ngôi làm trọn sự tiên liệu về sự cứu rỗi

Chương 3 Công Việc của Xác Thịt · 27

Những sự thuộc về xác thịt và công việc của xác thịt
Những công việc của xác thịt ngăn cản con người khỏi việc thừa hưởng nước Đức Chúa Trời
Những công việc rõ ràng của xác thịt

Chương 4 "Vậy Hãy Kết Quả để Xứng Đáng với Sự Ăn Năn" · 47

Các ngươi là dòng dõi của rắn độc
Hãy kết quả để xứng đáng với sự ăn năn
Đừng nghĩ rằng Áp-ra-ham là tổ phụ của các ngươi
"Hễ cây nào không sanh trái thì sẽ bị đốn và ném vào lửa"
Kết quả xứng đáng với sự ăn năn
Những người sanh bông trái xứng đáng với sự ăn năn

Chương 5 "Hãy Gớm Ghiếc Sự Dữ; Theo Đuổi Sự Lành." · 63

Sự dữ được thực hiện thành tội lỗi như thế nào
Trừ bỏ sự ác và trở nên con người thiện lành
Một thế hệ gian ác và ngoại tình nài xin một dấu hiệu
Các sự ác chúng ta nên ghê tởm

Bảng chú giải thuật ngữ 1

Phần 2   Về Sự Công Bình…

Chương 6   Sự Công Bình Dẫn đến Sự Sống · 83

Sự công bình trong mắt Đức Chúa Trời
Một việc làm công bình cứu hết thảy nhân loại
Tin Đức Chúa Trời là khởi đầu sự công bình
Sự công bình của Chúa Giê-su Christ mà chúng ta phải làm theo
Con đường trở nên một người công bình
Những phước hạnh dành cho người công bình

Chương 7   Người Công Bình Sống Bởi Đức Tin · 97

Trở nên một người công bình đích thực
Tại sao chúng ta cần trở nên công bình?
Người công bình sống bởi đức tin
Làm thế nào để có được đức tin thuộc linh
Những cách để sống bởi đức tin

Chương 8 Sự Vâng Phục của Đấng Christ · 109

Những ý tưởng xác thịt thù nghịch với Đức Chúa Trời
"Sự công bình riêng" – một trong những ý tưởng xác thịt chính yếu
Sứ đồ Phao-lô đã đánh đổ những ý tưởng xác thịt của mình
Sự công bình đến từ Đức Chúa Trời
Sau-lơ bất tuân Đức Chúa Trời bởi những ý tưởng xác thịt
Cách để thực hiện sự công bình của Đức Chúa Trời bởi đức tin

Chương 9 Người Được Chúa Khen Ngợi · 123

Người được Chúa khen ngợi
Để được Đức Chúa Trời đẹp lòng
Đóng đinh sự mê tham và thèm khát của chúng ta lên thập tự giá
Các tổ phụ, những người công bình trước mặt Đức Chúa Trời

Chương 10 Phước Hạnh · 137

Áp-ra-ham, Tổ Phụ Đức Tin
Đức Chúa Trời xem đức tin là công bình và ban phước cho
Đức Chúa Trời làm nên những chiếc bình quý qua thử thách
Đức Chúa Trời chuẩn bị một lối thoát, ngay cả trong thử thách
Đức Chúa Trời ban phước ngay cả trong những thử thách
Đặc tính của Áp-ra-ham về chiếc bình

Bảng chú giải thuật ngữ 2, 3

Phần 3 Về Phán xét …

Chương 11 Tội Bất Tuân Đức Chúa Trời · 155

A-đam, con người được tạo dựng theo hình ảnh Đức Chúa Trời
A-đam ăn trái cấm
Hậu quả tội bất tuân Đức Chúa Trời của A-đam
Lý do Đức Chúa Trời dựng nên cây biết điều thiện và điều ác
Con đường thoát khỏi sự rủa sả bởi tội lỗi
Hậu quả tội bất tuân Đức Chúa Trời của Sau-lơ
Hậu quả tội bất tuân Đức Chúa Trời của Ca-in

Chương 12 "Ta Sẽ Xóa Bỏ Loài Người Khỏi Mặt Đất" · 167

Sự khác nhau giữa người ác và người thiện
Tại sao sự phán xét của Đức Chúa Trời xảy đến
* Vì sự gian ác của loài người thêm nhiều
* Vì ý tưởng của lòng họ là xấu xa
* Vì mọi ý định trong lòng đều xấu luôn
Để tránh sự phán xét của Đức Chúa Trời

Chương 13 Chớ Chống Nghịch Ý Muốn của Ngài · 179

Sự phán xét xảy đến khi chúng ta chống lại ý muốn của Đức Chúa Trời.
Những người chống lại ý muốn của Đức Chúa Trời

Chương 14 "ĐỨC GIÊ-HÔ-VA Vạn Quân Phán Vậy …" · 193

Đức Chúa Trời chống lại kẻ kiêu ngạo
Sự kiêu ngạo của Vua Ê-xê-chia
Sự kiêu ngạo của những kẻ tin
Sự kiêu ngạo của những tiên tri giả
Sự phán xét dành cho những kẻ hành động bởi sự kiêu ngạo và gian ác
Phước hạnh của những người công bình là những người kính sợ Đức Chúa Trời

Chương 15 Về Tội Lỗi, Sự Công Bình, và Phán Xét · 203

Về tội lỗi
Tại sao Ngài phán xét về tội lỗi
Về sự công bình
Tại sao Ngài phán xét về sự công bình
Về sự phán xét
Đức Thánh Linh cáo trách thế gian
Trừ bỏ tội lỗi và sống đời sống công bình

Bảng chú giải thuật ngữ 4

Về Tội Lỗi

"...Về tội lỗi, vì họ không tin Ta;"

(Giăng 16:9)

"Nếu ngươi làm lành, há chẳng ngước mặt lên sao? Còn như chẳng làm lành, thì tội lỗi rình đợi trước cửa, thèm ngươi lắm; nhưng ngươi phải quản trị nó." (Sáng Thế ký 4:7)

"Chỉn ngươi phải nhận lỗi mình: Ngươi đã phạm tội nghịch cùng Giê-hô-va Đức Chúa Trời ngươi; ngươi đã chạy khắp mọi ngả nơi các thần khác ở dưới mỗi cây xanh, mà không vâng theo tiếng ta, Đức Giê-hô-va phán vậy." (Giê-rê-mi 3:13)

"Quả thật, ta nói cùng các ngươi, mọi tội lỗi sẽ tha cho con cái loài người, và hết thảy những lời phạm thượng họ sẽ nói ra cũng vậy; nhưng ai nói phạm đến Đức Thánh Linh thì chẳng hề được tha, phải mắc tội đời đời." (Mác 3:28-29)

"Và, hầu cho các ngươi biết Con người ở thế gian có quyền tha tội: Ngài phán cùng kẻ bại rằng: Ta biểu ngươi đứng dậy, vác giường trở về nhà." (Lu-ca 5:24)

"Sau lại, Đức Chúa Giê-su gặp người đó trong đền thờ, bèn phán rằng: Kìa, ngươi đã lành rồi, đừng phạm tội nữa, e có sự gì càng xấu xa xảy đến cho ngươi chăng." (Giăng 5:14)

"Anh em há chẳng biết rằng nếu anh em đã nộp mình làm tôi mọi đặng vâng phục kẻ nào, thì là tôi mọi của kẻ mình vâng phục, hoặc của tội lỗi đến sự chết, hoặc của sự vâng phục để được nên công bình hay sao?" (Rô-ma 6:16)

"Hỡi con cái bé mọn ta, ta viết cho các con những điều nầy, hầu cho các con khỏi phạm tội. Nếu có ai phạm tội, thì chúng ta có Đấng cầu thay ở nơi Đức Chúa Cha, là Đức Chúa Giê-su Christ, tức là Đấng công bình. Ấy chính Ngài làm của lễ chuộc tội lỗi chúng ta, không những vì tội lỗi chúng ta thôi đâu, mà cũng vì tội lỗi cả thế gian nữa." (1 Giăng 2:1-2)

Chương 1

Sự Cứu Rỗi

*"Chẳng có sự cứu rỗi trong đấng
nào khác; vì ở dưới trời, chẳng có
danh nào khác ban cho loài người,
để chúng ta phải nhờ
đó mà được cứu."*
(Công vụ 4:12)

Ở đời này, tùy thuộc vào tôn giáo và văn hóa, người ta thờ lạy đủ thứ thần tượng, thậm chí còn có vị thần được gọi là "thần không biết" (Công vụ 17:23). Ngày nay, một tôn giáo được gọi là 'Tôn Giáo Mới', một tôn giáo được tạo ra từ sự pha trộn của nhiều tôn giáo, thu hút nhiều sự chú ý, và nhiều người đã chấp nhận 'đa nguyên tôn giáo', dựa trên triết lý có sự cứu rỗi trong mọi tôn giáo. Tuy nhiên, Kinh Thánh cho chúng ta biết rằng Đức Chúa Trời Sáng Tạo là một Đức Chúa Trời chân thật, và rằng Chúa Giê-su Christ là Đấng Cứu Thế có một và duy nhất (Phục Truyền Luật Lệ Ký 4:39; Giăng 14: 6; Công-vụ 4:12).

Đức Chúa Trời Đấng Tạo Hóa và con người

Đức Chúa Trời hiện hữu cách rõ ràng. Cũng giống như chúng ta có mặt trên đời này bởi vì cha mẹ chúng ta sinh ra chúng ta, loài người có mặt trong thế giới này bởi vì Đức Chúa Trời đã tạo dựng nên.

Khi chúng ta nhìn vào một chiếc đồng hồ nhỏ, chúng ta thấy rằng những bộ phận nhỏ xíu trong đồng hồ phức tạp làm việc cùng nhau để cho biết thời gian. Nhưng không ai nhìn vào chiếc đồng hồ mà nghĩ rằng nó tình cờ đến với nhau. Ngay cả một chiếc đồng hồ nhỏ mà chúng ta nhìn thấy trong đời này cũng vì ai đó đã thiết kế và chế tạo nó. Thế còn vũ trụ thì sao? Không thể so sánh với chiếc đồng hồ nhỏ, vũ trụ quá phức tạp và quá rộng đến nỗi tâm trí con người không thể hình dung hết những bí ẩn của nó hoặc thậm chí hiểu được quy mô của nó. Thực tế là hệ mặt trời, chỉ là một phần nhỏ của vũ trụ, hoạt động chính xác như vậy mà không có một sai sót nào, khiến rất khó mà không tin vào sự sáng tạo của Đức Chúa Trời.

Cơ thể con người là như nhau. Tất cả các cơ quan, tế bào, nhiều yếu tố khác được sắp xếp rất hoàn hảo và hoạt động cùng nhau rất phức tạp đến mức sự sắp đặt và chức năng của chúng là một điều kỳ diệu thực sự. Tuy nhiên, với tất cả những điều mà con người đã khám phá ra về cơ thể con người thì chỉ là một phần nhỏ của những gì để khám phá. Vậy làm thế nào chúng ta có thể nói một điều gì đó giống như giải phẫu con người chỉ là một sự ngẫu nhiên?

Chúng ta hãy cùng xem một minh họa đơn giản mà mọi người có thể dễ dàng thừa nhận. Trên khuôn mặt của một người, có hai mắt, một mũi, hai lỗ mũi, một miệng và hai tai. Sự sắp xếp của chúng theo cách đôi mắt ở trên cùng, mũi ở trung tâm, miệng bên dưới mũi, và tai được đặt một trên mỗi bên của khuôn mặt. Điều này là như nhau, cho dù chúng ta là người da đen, da trắng hay người châu Á. Điều này không chỉ đúng với con người. Điều này cũng tương tự đối với động vật như sư tử, hổ, voi, chó, v.v, và đối với loài chim như đại bàng và chim bồ câu, và thậm chí cả loài cá.

Nếu tiến hóa của Darwin là đúng, động vật, chim và con người phải phát triển khác nhau theo cách riêng của chúng theo môi trường của chúng. Nhưng tại sao sự xuất hiện và sự sắp xếp của các khuôn mặt rất giống nhau? Đây là bằng chứng áp đảo rằng Đấng Tạo Hóa có một và duy nhất đã thiết kế và tạo ra tất cả chúng ta. Thực tế là tất cả chúng ta đều được tạo ra theo cùng một hình ảnh cho chúng ta thấy rằng Đấng Tạo Hóa không tạo nên chúng ta như một số chúng sinh, mà là một con người.

Ban đầu tôi là một người vô thần. Tôi nghe mọi người nói rằng nếu bạn đi nhà thờ bạn có thể được cứu rỗi. Tuy nhiên, tôi thậm chí không biết sự cứu rỗi là gì, hoặc làm thế nào để nhận được. Rồi một ngày nọ, dạ dày của tôi trở nên rối loạn chức năng do uống quá nhiều, và cuối cùng tôi phải trải qua bảy năm tiếp theo nằm liệt giường, và bị bệnh. Hàng đêm, mẹ tôi rót nước vào một cái bát, nhìn về hướng sao Bắc Đẩu, và chắp hai bàn tay lại với nhau, bà cầu nguyện và cầu xin sự chữa lành của tôi. Bà thậm chí còn cúng một số tiền lớn cho nhà chùa Phật giáo, nhưng bệnh tật của tôi ngày càng tồi tệ hơn. Tôi đã không được cứu khỏi tình trạng tuyệt vọng này bởi Bắc Đẩu cũng như tôi không được Phật cứu. Chính là Đức Chúa Trời. Ngay khi mẹ tôi nghe nói rằng tôi đã được chữa lành sau khi đi nhà thờ, bà đã ném hết mọi thứ thần tượng của mình và đi nhà thờ. Điều này là vì bà nhận ra rằng chỉ có Đức Chúa Trời mới là chân Thần.

Bức tường tội lỗi giữa Đức Chúa Trời và con người

Mặc dù thực tế rằng có bằng chứng rõ ràng về Đức Chúa Trời Sáng Tạo, Đấng tạo ra trời và đất, hiện hữu, tại sao người ta không tin vào Ngài hoặc gặp được Ngài? Điều này là bởi vì có một bức tường của tội lỗi ngăn cách mối quan hệ giữa Đức Chúa Trời và con người. Vì Đấng Tạo Hóa là công bình, và hoàn toàn không có tội lỗi ở nơi Ngài, nếu chúng ta có tội, chúng ta không thể giao tiếp với Ngài.

Thỉnh thoảng có những người nghĩ rằng, "Tôi chẳng hề có tội tình gì." Như chúng ta không thể thấy vết bẩn trên áo mình nếu chúng ta đang đứng trong một căn phòng tối, đứng giữa bóng tối của sự giả dối, chúng ta không thể thấy được tội lỗi của mình. Vì vậy, nếu nói rằng chúng ta tin vào Đức Chúa Trời, nhưng mắt tâm linh của mình vẫn đóng kín, thì chúng ta không thể nhận biết tội lỗi mình. Chúng ta chỉ đến nhà thờ rồi ra về, cách vô nghĩa. Kết quả là gì? Chúng ta tham dự nhà thờ trong 10, hoặc thậm chí 20 năm mà không gặp Chúa và không nhận được sự đáp trả lời cho bất kỳ lời cầu nguyện nào của mình.

Đức Chúa Trời của tình yêu muốn gặp gỡ chúng ta, nói chuyện với chúng ta, và đáp lời sự cầu nguyện của chúng ta. Đây là lý do tại sao Đức Chúa Trời tha thiết mong muốn mỗi người chúng ta, "Hãy phá đổ bức tường tội lỗi giữa các ngươi và ta để chúng ta có thể tự do chia sẻ những cuộc trò chuyện yêu thương. Hãy để ta cất đi nỗi đau và khốn khổ mà các ngươi đang mang lấy trên mình."

Giả sử một đứa trẻ đang cố gắng luồn một sợi chỉ qua lỗ kim.

Đây là một việc làm khó khăn đối với một đứa trẻ. Nhưng, đó là một việc tương đối dễ dàng đối với cha mẹ nó. Nhưng bất luận cha mẹ mong muốn giúp đỡ đứa trẻ như thế nào, nếu có một bức tường lớn đang đứng giữa hai người, cha mẹ không thể giúp con mình. Tương tự như vậy, nếu một bức tường tội lỗi lớn đang đứng giữa chúng ta và Đức Chúa Trời, chúng ta không thể nhận được bất kỳ sự đáp lời nào cho những lời cầu nguyện của chúng ta. Vì vậy, trước hết, chúng ta phải giải quyết vấn đề tội lỗi này, và sau đó chúng ta phải nhận được giải pháp quan trọng nhất cho vấn đề cứu rỗi.

Ý nghĩa thật của sự cứu rỗi

Trong xã hội chúng ta, cụm từ 'cứu rỗi' được sử dụng theo nhiều cách khác nhau. Khi chúng ta cứu một người chết đuối hoặc giúp ai đó phục hồi sau thất bại kinh doanh hoặc giúp đỡ ai đó trong cuộc khủng hoảng gia đình, đôi khi chúng ta nói rằng chúng ta đã 'cứu' họ.

Thế thì Kinh Thánh gọi 'được cứu' là gì? Theo Kinh Thánh, ấy là kéo nhân loại ra khỏi tội lỗi. Cụ thể là, đem họ vào trong một giới nơi mà Đức Chúa Trời muốn họ ở, nơi họ có thể nhận được giải pháp cho vấn đề tội lỗi và tận hưởng niềm vui đời đời nơi thiên đàng. Vì vậy, có thể nói bằng thuật ngữ thuộc linh đơn giản, lối vào dẫn đến sự cứu rỗi là Chúa Giê-su Christ, và nhà của sự cứu rỗi là Thiên đàng, hoặc vương quốc của Đức Chúa Trời.

Trong sách Giăng 14:6, Chúa Giê-su phán, "Ta là đường đi, lẽ thật, và sự sống; chẳng bởi ta thì không ai được đến cùng Cha." Do đó sự cứu rỗi là bước vào thiên đàng qua Chúa Giê-su Christ.

Nhiều người rao truyền phúc âm và nhấn mạnh tầm quan trọng của việc nhận được sự cứu rỗi. Vậy tại sao chúng ta cần được cứu rỗi? Đó là vì thần linh của chúng ta là bất tử. Khi người ta chết, hồn và linh của họ rời khỏi thân thể, và những người được cứu rỗi về trời, và những người không được cứu rỗi thì đi xuống Địa Ngục. Thiên đàng là vương quốc của Đức Chúa Trời, nơi có sự vui mừng đời đời, và Địa Ngục là nơi đau đớn và khốn khổ đời đời, bao gồm hồ lửa và diêm sinh (Khải-huyền 21: 8).

Vì Thiên đàng và Địa ngục là những nơi thực sự tồn tại, có những người đã nhìn thấy Thiên đàng và Địa ngục qua những khải tượng, và có rất nhiều người tâm linh họ thực sự đã đến thăm những nơi đó. Nếu ai đó nghĩ rằng tất cả những người này đều nói dối, họ chỉ là những kẻ bướng bỉnh. Vì Kinh Thánh giải thích rõ ràng về cả Thiên Đàng và Địa Ngục, chúng ta cần phải tin. Kinh Thánh, không giống như bất kỳ cuốn sách nào khác, chứa đựng sứ điệp cứu rỗi - lời của Đấng Tạo Hóa.

Kinh thánh ghi lại sự tạo dựng nên loài người, và cách Đức Chúa Trời đã vận hành cho đến ngày nay. Kinh thánh giải thích rõ ràng toàn bộ tiến trình con người đã phạm tội, hư hỏng và phải chịu sự chết đời đời, và cách Đức Chúa Trời cứu họ như thế nào. Kinh thánh ghi lại các sự kiện của quá khứ, hiện tại, tương lai, và sự phán xét cuối cùng của Đức Chúa Trời trong thời kỳ sau rốt.

Quả thật rằng điều quan trọng là chúng ta sống một cách yên ổn và không gặp rối gì trong đời này. Tuy nhiên, so với Thiên Đàng, cuộc sống chúng ta ở đời này là rất ngắn ngủi, và tạm thời. Mười năm có vẻ như là một thời gian dài, nhưng khi chúng ta nhìn lại, dường như ngày hôm qua. Phần còn lại của chúng ta trên đất này là như nhau. Mặc dù một người có thể sống và làm việc chăm chỉ và đạt được nhiều thứ, tất cả họ đều sẽ chết khi cuộc đời ở trên đất nầy kết thúc. Vậy thì, những sự ấy có ích gì?

Bất kể những gì chúng ta có được và đạt được là bao nhiêu, chúng ta không thể mang nó theo mình đến nơi ở đời đời. Và ngay cả khi chúng ta đạt được danh tiếng và quyền lực, khi chúng ta chết, tất cả những điều đó cuối cùng sẽ tiêu tan và đi vào quên lãng.

Phương pháp cứu rỗi

Công vụ 4:12, "Chẳng có sự cứu rỗi trong đấng nào khác; vì ở dưới trời, chẳng có danh nào khác ban cho loài người, để chúng ta phải nhờ đó mà được cứu." Kinh Thánh cho chúng ta biết rằng Chúa Giê-su Christ là Đấng Cứu Thế duy nhất có thể cứu chúng ta. Vậy thì tại sao sự cứu rỗi chỉ có thể trong danh Chúa Giê-su Christ? Điều này là do vấn đề tội lỗi phải được giải quyết. Để hiểu rõ hơn về điều này, chúng ta hãy quay trở lại thời của A-đam và Ê-va, tổ phụ của nhân loại.

Sau khi tạo dựng A-đam và Ê-va, Đức Chúa Trời ban cho A-đam quyền phép và vinh quang để cai trị tất cả những tạo vật. Trong một thời gian dài, họ sống trong vườn Ê-đen dư dật cho đến ngày họ rơi vào mưu chước của ma quỉ qua một con rắn để rồi ăn trái cây biết điều thiện và điều ác. Sau khi không vâng lời Đức Chúa Trời qua việc ăn trái cây mà Đức Chúa Trời cấm họ ăn, tội lỗi đã thâm nhập vào họ (Sáng thế ký 3: 1-6).

Rô-ma 5:12 chép rằng, "Cho nên, như bởi một người mà tội lỗi vào trong thế gian, lại bởi tội lỗi mà có sự chết, thì sự chết đã trải qua trên hết thảy mọi người như vậy, vì mọi người đều phạm tội." Vì cớ A-đam, tội lỗi đã thâm nhập vào thế gian và tất cả nhân loại đều có tội. Hậu quả của tội lỗi là mọi người đều phải chết.

Đức Chúa Trời không đơn giản cứu những người này khỏi tội lỗi mà không có bất kỳ điều kiện nào. Rô-ma 5:18-19 chép rằng, "Vậy, như bởi chỉ một tội mà sự đoán phạt rải khắp hết thảy mọi người thế nào, thì bởi chỉ một việc công bình mà sự xưng công bình, là sự ban sự sống, cũng rải khắp cho mọi người thế ấy. Vì, như bởi sự không vâng phục của một người mà mọi người khác đều thành ra kẻ có tội, thì cũng một lẽ ấy, bởi sự vâng phục của một người mà mọi người khác sẽ đều thành ra công bình."

Điều này có nghĩa rằng cũng giống như cả nhân loại đều trở thành tội nhân vì tội lỗi của một người, A-đam, qua sự vâng phục của một người, cả nhân loại cũng có thể được cứu. Đức Chúa Trời là Đấng tạo dựng nên mọi tạo vật, nhưng Ngài làm cho mọi sự xảy ra theo một trật tự thích hợp (I Cô-rinh-tô 14:40); do đó Ngài đã chuẩn bị một người có đủ phẩm chất để làm Đấng Cứu Thế — và đó là Đức Chúa Giê-su Christ.

Tiên liệu về sự cứu rỗi qua Chúa Giê-su Christ

Trong các luật về tâm linh, có một luật nói rằng "tiền công của tội lỗi là sự chết" (Rô-ma 6:23). Mặt khác, cũng có một luật để chuộc người ta khỏi tội này. Điều liên quan trực tiếp đến luật tâm linh này là luật về việc chuộc lại đất ở Y-sơ-ra-ên. Luật này cho phép một người bán đất, nhưng không vĩnh viễn. Nếu một người bán đất của mình vì những khó khăn kinh tế, bất cứ lúc nào, một người thân của họ giàu có luôn có thể chuộc lại nó cho anh ta. Và nếu anh ta không có người thân giàu có có thể làm điều này cho mình, anh ta luôn có thể chuộc lại đất đó một khi có thể (Lê-vi ký 25: 23-25).

Việc chuộc tội cũng như vậy. Nếu ai đủ điều kiện để chuộc người anh em mình khỏi tội, thì người ấy có thể. Cho dù người đó là ai, đều phải có ai đó trả giá cho tội lỗi.

Như có chép trong 1 Cô-rinh-tô 15:21, "Vả, vì chưng bởi một người mà có sự chết, thì cũng bởi một người mà có sự sống lại của những kẻ chết," người có thể cứu chúng ta khỏi tội lỗi phải là con người. Đây là lý do tại sao Chúa Giê-su đã đến thế gian này trong xác thể - mặc lấy hình thể con người và trở thành tội nhân.

Một người mà chính bản thân mình mắc nợ thì không có khả năng thanh toán nợ cho người khác được. Tương tự như vậy, một người có tội không thể cứu chuộc con người khỏi tội lỗi. Một người không chỉ thừa hưởng các đặc điểm thể chất và đặc điểm tính cách của cha mẹ, mà còn về bản chất tội lỗi của họ nữa. Nếu chúng ta quan sát hành một đứa trẻ khi có một đứa trẻ khác ngồi trên đùi của mẹ đứa trẻ đó, đứa trẻ ấy trở nên khó chịu và cố gắng đẩy đứa trẻ kia ra khỏi lòng mẹ nó. Mặc dù không ai dạy nó làm điều đó, ghen tuông và đố ky tự nhiên xuất hiện ở đứa trẻ. Một số trẻ sơ sinh, khi trở nên đói mà không được cho ăn ngay, chúng bắt đầu khóc không thể kiểm soát được. Điều này là do bản chất tội lỗi về sự giận dữ mà chúng thừa kế từ cha mẹ mình. Những tính chất tội lỗi mà con người thừa hưởng từ cha mẹ thông qua sinh lực của chúng được gọi là 'nguyên tội'. Tất cả các hậu duệ của A-đam đều được sinh ra với tội lỗi nguyên thủy này; do đó không ai trong số họ có thể chuộc người khác ra khỏi tội lỗi.

Tuy nhiên, Chúa Giê-su được sinh ra qua sự thai dựng bởi Đức Thánh Linh, vì vậy Ngài không thừa hưởng tội lỗi nguyên thủy này từ bất kỳ cha mẹ nào. Và, trong khi Ngài lớn lên, Ngài tuân theo mọi luật pháp; do đó Ngài không phạm bất kỳ loại tội lỗi nào. Trong lĩnh vực thuộc linh, không phạm tội theo cách này là người có quyền phép.

Chúa Giê-su đã vui lòng chịu thập hình vì Ngài có tình yêu không tiếc mạng sống mình để chuộc nhân loại ra khỏi tội lỗi. Để cứu chuộc con người khỏi sự rủa sả của Luật pháp, Ngài đã chết trên thập tự giá bằng gỗ (Ga-la-ti 3:13) và đổ huyết báu là huyết vô tội, không nhiễm nguyên tội cũng không tự mình phạm tội. Ngài đã trả hết mọi tội lỗi của nhân loại.

Để cứu những kẻ có tội, Đức Chúa Trời thậm chí không tiếc mạng sự sống chính Con một của Ngài bằng cái chết trên thập tự giá. Đây là tình yêu kỳ diệu mà Ngài ban cho chúng ta. Và Chúa Giê-su đã chứng tỏ tình yêu thương của Ngài dành cho chúng ta bằng cách từ bỏ cuộc sống riêng của mình để trở thành của lễ chuộc tội làm cầu nối cho giữa chúng ta và Đức Chúa Trời. Ngoài Chúa Giê-su, không ai khác có loại tình yêu này, hay quyền phép để chuộc chúng ta khỏi tội lỗi. Đây là những lý do tại sao chỉ bởi Chúa Giê-su Christ chúng ta mới có thể được cứu rỗi.

Chương 2

Đức Cha, Đức Con, và Đức Thánh Linh

"Nhưng Đấng Yên-ủi, tức là Đức Thánh Linh mà Cha sẽ nhân danh ta sai xuống, Đấng ấy sẽ dạy dỗ các ngươi mọi sự, nhắc lại cho các ngươi nhớ mọi điều ta đã phán cùng các ngươi."
(Giăng 14:26)

Nếu xem Sáng Thế ký 1:26, chép rằng, "Đức Chúa Trời phán rằng: Chúng ta hãy làm nên loài người như hình ta và theo tượng ta..." 'Chúng ta' ở đây nói về Đức Chúa Trời Ba Ngôi - Cha, Con và Đức Thánh Linh. Mặc dù mỗi vai trò của Cha, Con và Đức Thánh Linh trong việc tạo dựng con người và hoàn thành sự cứu rỗi là khác nhau, bởi vì Ba là một ngay ban đầu, được gọi là Đức Chúa Trời Ba Ngôi hay Đức Chúa Trời Ba Ngôi một thể.

Đây là một sự dạy dỗ rất quan trọng về niềm tin Cơ Đốc giáo, và đây là sứ điệp kín nhiệm về nguồn gốc của Đấng Tạo Hóa, rất khó hiểu được khái niệm này với logic và kiến thức hạn hẹp của con người. Tuy nhiên, để giải quyết vấn đề tội lỗi và nhận được sự cứu rỗi hoàn toàn, chúng ta cần phải có kiến thức chính xác về Đức Chúa Trời Ba Ngôi của Đức Chúa Cha, Đức Chúa Con, và Đức Thánh Linh. Chỉ khi có sự hiểu biết này, chúng ta mới có thể vui hưởng trọn vẹn phước lành và thẩm quyền để trở thành con cái của Đức Chúa Trời.

Đức Chúa Cha là ai?

Trên hết mọi sự, Đức Chúa Trời là Đấng Tạo Hóa của vũ trụ. Sáng thế ký chương 1 mô tả cách Đức Chúa Trời dựng nên vũ trụ. Từ hư vô hoàn toàn, Đức Chúa Trời dựng nên trời và đất trong sáu ngày bằng Lời Ngài. Rồi vào ngày thứ sáu, Đức Chúa Trời đã tạo dựng nê A-đam, tổ phụ của nhân loại. Chỉ bằng cách nhìn vào trật tự và sự hài hòa của mọi thứ trong việc sáng tạo, chúng ta có thể biết rằng Đức Chúa Trời là Đấng hằng sống, và rằng có một Đức Chúa Trời sáng tạo.

Đức Chúa Trời là Đấng toàn tri. Đức Chúa Trời là hoàn hảo và Ngài biết mọi sự. Do đó, Ngài cho chúng ta biết về các sự kiện trong tương lai bằng lời tiên tri qua những người có mối tương giao chặt chẽ với Ngài (A-mốt 3:7). Đức Chúa Trời là Đấng toàn năng, có thể làm được mọi sự. Đó là lý do tại sao Kinh thánh nắm giữ một kỷ lục của vô số dấu hiệu và điều kỳ diệu mà không thể được thực hiện bởi sức mạnh và khả năng của con người.

Ngoài ra, Đức Chúa Trời còn là Đấng tự hiện hữu. Trong Xuất Ê-díp-tô ký chương 3, chúng ta bắt gặp một cảnh tượng mà ở đó Đức Chúa Trời xuất hiện trước Môi-se. Tại một bụi gai cháy, Đức Chúa Trời gọi ông trở thành lãnh đạo để dẫn dân mình ra khỏi Ê-díp-tô. Lúc bấy giờ, Ngài phán cùng Môi-se, "TA LÀ ĐẤNG TỰ HỮU HẰNG HỮU." Ngài bày tỏ một trong những đặc tánh của Ngài, đó là tự hiện hữu. Điều này có nghĩa là không ai tạo ra, cũng không sinh ra Đức Chúa Trời. Ngài tự hiện hữu từ trước vô cùng.

Đức Chúa Trời cũng là tác giả của Kinh thánh. Nhưng, vì Đấng Tạo Hóa vượt xa con người, thật khó để giải thích trọn vẹn sự hiện hữu của Ngài từ quan điểm của con người. Điều này là vì Đức Chúa Trời là bản thể vô hạn; do đó, với sự hiểu biết giới hạn, con người không thể hoàn toàn biết hết mọi sự về Ngài.

Trong Kinh Thánh, chúng ta có thể thấy rằng Đức Chúa Cha được gọi bằng nhiều danh khác nhau, tùy vào hoàn cảnh. Trong Xuất Ê-díp-tô ký 6: 3 có chép, "Ta đã hiện ra cùng Áp-ra-ham, cùng Y-sác, và cùng Gia-cốp, tỏ mình là Đức Chúa Trời toàn-năng; song về danh ta là Giê-hô-va, thì ta chưa hề tỏ cho họ biết.." Còn trong Xuất Ê-díp-tô ký 15:3, thì chép rằng, "Đức Giê-hô-va là một chiến sĩ; Danh Ngài là Giê-hô-va." Dạnh 'CHÚA' không chỉ có nghĩa là 'Đấng tự hiện hữu,' mà còn có nghĩa là một Đức Chúa Trời duy nhất và thật là Đấng tể trị tất cả các nước trên đất nầy, và mọi thứ trong đó.

Và cụm từ "Đức Chúa Trời" được sử dụng với ý nghĩa Ngài ở cùng với từng dân tộc, quốc gia, hoặc cá nhân; do đó danh này được sử dụng để thể hiện nhân tánh của Đức Chúa Trời. Trong khi danh "CHÚA" là danh rộng hơn, công khai hơn chỉ về Đức Chúa Trời Ba Ngôi, "Đức Chúa Trời" là biểu hiện về nhân tánh của Đức Chúa Trời, Đấng có mối tương giao gần gũi và thiêng liêng với mỗi cá nhân. "Đức Chúa Trời của Áp-ra-ham, Đức Chúa Trời của Y-sác, và Đức Chúa Trời của Gia-cốp" là một ví dụ như vậy.

Vậy tại sao chúng ta gọi Đức Chúa Trời là 'Cha Thiên Thượng'? Điều này là vì Đức Chúa Trời không chỉ là Đấng chủ tể của toàn vũ trụ và là Thẩm phán tối cao; nhưng quan trọng nhất, Ngài là Đấng đứng đầu điều khiển mọi sự trong việc hoạch định và thực hiện việc giáo hóa con người. Nếu chúng ta tin vào Đức Chúa Trời này, chúng ta có thể gọi Ngài là 'Cha', và trải nghiệm quyền năng và phước hạnh lạ lùng về địa vị được làm con cái của Ngài.

Cha Thiên Thượng: Đấng tối cao trong công cuộc giáo hóa nhân loại

Đức Chúa Trời là Đấng Tạo Hóa đã khởi sự công cuộc giáo hóa nhân loại để có được những con cái thật là những người mà Ngài có thể chia sẻ một mối quan hệ yêu thương đích thực. Nhưng có một khởi đầu và một kết thúc đối với sự sống trên đất nầy của loài người.

Khải huyền 20:11-15 chép rằng, "Bấy giờ tôi thấy một tòa lớn và trắng cùng Đấng đương ngồi ở trên; trước mặt Ngài trời đất đều trốn hết, chẳng còn thấy chỗ nào cho nó nữa. Tôi thấy những kẻ chết, cả lớn và nhỏ, đứng trước tòa, và các sách thì mở ra. Cũng có mở một quyển sách khác nữa, là sách sự sống; những kẻ chết bị xử đoán tùy công việc mình làm, cứ như lời đã biên trong những sách ấy. Biển đem trả những người chết mình chứa; Sự chết và Âm phủ cũng đem trả những người chết mình có. Mỗi người trong bọn đó bị xử đoán tùy công việc mình làm. Đoạn, Sự chết và Âm phủ bị quăng xuống hồ lửa. Hồ lửa là sự chết thứ hai. Kẻ nào không được biên vào sách sự sống đều bị ném xuống hồ lửa."

Phân đoạn này là một lời giải thích về Tòa Lớn và Trắng. Khi sự trưởng dưỡng con người kết thúc trên đất nầy, Chúa sẽ trở lại trên không trung để tiếp đón tất cả những kẻ tin. Bấy giờ, những tín hữu đang sống sẽ được cất lên Không Trung, nơi Tiệc Cưới Bảy

Năm sẽ diễn ra. Trong khi tiệc cưới diễn ra trên không trung, sẽ có bảy năm hoạn nạn xảy ra trên đất nầy. Kế đến, Chúa sẽ trở lại trên Đất và cai trị trong một thiên niên kỷ. Và sau thiên niên kỷ nầy, sẽ là Phán xét trước Tòa Trắng và Lớn. Tại thời điểm này, con cái của Đức Chúa Trời, những kẻ có tên được ghi trong sách sự sống, sẽ lên Thiên Đàng, và những người không có tên trong sách sự sống sẽ chịu phán xét tùy theo việc họ làm và sau đó đi vào địa ngục.

Khi chúng ta nhìn vào Kinh Thánh, chúng ta có thể thấy rằng từ lúc Đức Chúa Trời tạo dựng con người cho đến ngày nay, tình yêu Ngài dành cho chúng ta không hề thay đổi. Ngay cả sau khi A-đam và Ê-va phạm tội và bị đuổi khỏi Vườn Ê-đen, Đức Chúa Trời cho chúng ta biết về ý muốn của Ngài, sự chăm sóc của Ngài, và những sự hầu đến qua những người công chính như Nô-ê, Áp-ra-ham, Môi-se, Đa-vít và Đa-ni-ên. Thậm chí ngày nay, quyền năng và sự hiện diện của Đức Chúa Trời vẫn còn hiển nhiên trong cuộc sống của chúng ta. Ngài hành động qua những người thực sự tôn quý, và yêu mến Ngài.

Khi nhìn vào Cựu Ước, chúng ta có thể thấy rằng vì Đức Chúa Trời yêu thương chúng ta, Ngài chỉ dạy để chúng ta biết cách không sa vào tội lỗi và biết cách sống trong sự công bình. Ngài dạy chúng ta về tội lỗi và sự công bình để chúng ta có thể tránh được sự phán xét. Ngài cũng dạy chúng ta rằng khi chúng ta thờ phượng Ngài, chúng ta nên dành những lễ đặc biệt để dâng sanh tế cho Ngài để chúng ta không quên Đức Chúa Trời hằng sống. Chúng ta có thể thấy rằng Ngài ban phước cho những ai tin nơi Ngài, và đối với những ai phạm tội, Ngài đã cho họ cơ hội để tránh xa tội lỗi mình — hoặc qua hình phạt hay cách khác. Ngài cũng dùng các tiên tri để bày tỏ ý muốn của Ngài, và dạy chúng ta sống trong lẽ thật.

Tuy nhiên, người ta không vâng lời, song họ tiếp tục phạm tội.

Để giải quyết vấn đề này, Ngài đã sai Đấng Cứu Thế, Đức Chúa Giê-su Christ, là Đấng mà Ngài đã tiên liệu từ trước vô cùng. Và, chính Ngài đã mở đường cứu rỗi để mọi người có thể được cứu bởi đức tin.

Đức Chúa Con, Giê-su Christ Là Ai?

Một người đã phạm tội không thể chuộc tội cho người khác được, vậy nên một người vô tội là cần thiết. Đây là lý do tại sao chính Đức Chúa Trời đã phải mặc lấy xác thể và đến thế gian này — đó là Chúa Giê-su. Vì tiền công của tội lỗi là sự chết, Chúa Giê-su phải chịu thập hình để chuộc tội cho chúng ta. Điều này là vì không có đổ huyết, thì không có sự tha tội (Lê-vi ký 17:11; Hê-bơ-rơ 9:22).

Dưới sự tiên liệu của Đức Chúa Trời, Chúa Giê-su đã chết trên cây thập tự gỗ để giải phóng nhân loại khỏi sự rủa sả của luật pháp. Sau khi chuộc lại nhân loại khỏi tội lỗi họ, Ngài sống lại từ cõi chết vào ngày thứ ba. Vì vậy, bất cứ ai tin vào Chúa Giê-su Christ là Đấng Cứu Thế của mình thì được tha tội và được cứu. Cũng giống như Chúa Giê-su, người đã trở thành trái đầu mùa của sự sống lại, chúng ta cũng vậy, sẽ sống lại và bước vào Thiên Đàng.

Trong Giăng 14: 6 Chúa Giê-su phán rằng, "Ta là đường đi, lẽ thật, và sự sống; chẳng bởi ta thì không ai được đến cùng Cha" Chúa Giê-su là con đường bởi vì Ngài đã trở thành con đường cho nhân loại bước vào Thiên đàng nơi Đức Chúa Trời ngự trị; Ngài là lẽ thật bởi vì Ngài là Lời của Đức Chúa Trời đã trở nên xác thể và đến thế gian này; và, Ngài là sự sống bởi vì chỉ qua Ngài con người mới nhận được sự cứu rỗi và sự sống đời đời.

Khi sống trên đất nầy, Chúa Giê-su tuân theo Luật pháp cách trọn vẹn. Theo luật pháp của Y-sơ-ra-ên, Ngài chịu cắt bì vào ngày thứ tám tính từ ngày chào đời của Ngài. Ngài sống cùng cha mẹ Ngài cho đến năm 30 tuổi và hoàn thành tất cả các nhiệm vụ của mình. Chúa Giê-su không có nguyên tội cũng không phạm phải tội lỗi nào. Do đó Kinh thánh chép về Chúa Giê-su trong 1 Phi-e-rơ 2:22 rằng, "...Ngài chưa hề phạm tội, trong miệng Ngài không thấy có chút chi dối trá."

Một thời gian không lâu, theo ý muốn của Đức Chúa Trời, Chúa Giê-su bắt đầu kiêng ăn trong 40 ngày trước khi bắt đầu thực hiện chức vụ của Ngài. Ngài nói cho nhiều người biết về Đức Chúa Trời hằng sống và phúc âm của vương quốc thiên đàng, và Ngài đã bày tỏ quyền năng của Đức Chúa Trời bất cứ nơi nào Ngài đi. Ngài đã cho thấy rõ ràng rằng Đức Chúa Trời là chân thần, và rằng Ngài là Đấng tối cao cầm quyền trên sự sống và sự chết.

Lý do Chúa Giê-su bước vào thế giới này là cho toàn nhân loại biết về Đức Chúa Cha, để tiêu diệt kẻ thù là ma quỷ, để cứu chúng ta khỏi tội lỗi và dẫn chúng ta đến con đường của sự sống đời đời. Vì vậy, trong Giăng 4:34, Chúa Giê-su phán, "Đồ ăn của ta tức là làm theo ý muốn của Đấng sai ta đến, và làm trọn công việc Ngài."

Chúa Cứu Thế Giê-su Christ

Chúa Cứu Thế Giê-su không chỉ là một trong những nhà triết gia nổi tiếng nhất mà thế giới từng biết đến. Ngài là Đấng Cứu Thế đã mở đường cứu rỗi cho toàn nhân loại; do đó Ngài không thể chỉ được xem như một con người, là những tạo vật. Đọc Phi-líp 2:6-11 chúng ta được biết rằng, "Ngài vốn có hình Đức Chúa Trời, song chẳng coi sự bình đẳng mình với Đức Chúa Trời là sự nên nắm giữ; chính Ngài đã tự bỏ mình đi, lấy hình tôi tớ và trở nên giống như loài người; Ngài đã hiện ra như một người, tự hạ mình xuống, vâng phục cho đến chết, thậm chí chết trên cây thập tự. Cũng vì đó nên

Đức Chúa Trời đã đem Ngài lên rất cao, và ban cho Ngài danh trên hết mọi danh, hầu cho nghe đến danh Đức Chúa Giê-su, mọi đầu gối trên trời, dưới đất, bên dưới đất, thảy đều quì xuống, và mọi lưỡi thảy đều xưng Giê-su Christ là Chúa, mà tôn vinh Đức Chúa Trời, là Đức Chúa Cha."

Vì Chúa Giê-su vâng phục Đức Chúa Trời và hy sinh chính mình theo ý muốn của Đức Chúa Trời, Đức Chúa Trời đã đem Ngài lên nơi cao nhất bên hữu Ngài, và danh Ngài là Vua trên các vua và Chúa của các chúa.

Đức Thánh Linh, Đấng Vùa Giúp là Ai?

Khi Chúa Giê-su còn trên đất này, Ngài phải làm việc trong những hạn chế về thời gian và không gian bởi vì Ngài mặc lấy thân thể con người. Ngài truyền bá phúc âm trong các vùng của xứ Giu-đa, Sa-ma-ri và Ga-li-lê, nhưng Ngài không thể truyền bá phúc âm đến những vùng xa xôi hơn. Tuy nhiên, sau khi Chúa Giê-su sống lại và lên Thiên Đàng, Ngài đã ban Đức Thánh Linh, Đấng Vùa Giúp, cho chúng ta, Đấng sẽ đến với tất cả nhân loại vượt qua những hạn chế về thời gian và không gian.

Định nghĩa về "người vùa giúp" là: 'một vị tiên tri bảo vệ, thuyết phục, hoặc giúp người khác nhận ra sai lầm của mình'; 'Một cố vấn khuyến khích và làm vững mạnh người khác'.

Thánh khiết và làm một với Đức Chúa Trời, Đức Thánh Linh biết ngay cả chiều sâu của lòng Đức Chúa Trời (I Cô-rinh-tô 2:10). Vì tội nhân không thể thấy Đức Chúa Trời, cũng giống như Đức Thánh Linh không thể ngự trong tội nhân. Vì vậy, trước khi Chúa Giê-su cứu chuộc chúng ta bằng cách chết trên thập tự giá và đổ huyết Ngài vì chúng ta, thì Đức Thánh Linh không thể ngự vào lòng chúng ta.

Nhưng sau khi Chúa Giê-su chết và sống lại, vấn đề tội lỗi đã được giải quyết và bất cứ ai mở lòng và tin nhận Chúa Cứu Thế Giê-su đều có thể nhận lãnh được Đức Thánh Linh. Khi một người được xưng công bình bởi đức tin, Đức Chúa Trời ban Thánh Linh cho họ để Đức Thánh Linh có thể ngự vào lòng họ. Ngài dẫn dắt và hướng dẫn chúng ta, và qua Ngài, chúng ta có thể giao thông với Đức Chúa Trời.

Vậy thì tại sao Đức Chúa Trời ban cho con cái Ngài sự ban cho Đức Thánh Linh? Điều này là vì trừ khi Đức Thánh Linh đến với chúng ta và làm sống lại tâm linh của chúng ta —đã chết vì tội lỗi của A-đam — chúng ta không thể đi vào lẽ thật, hoặc sống trong lẽ thật. Khi chúng ta tin Đức Chúa Giê-su Christ và tiếp nhận Đức Thánh Linh, Đức Thánh Linh ngự vào lòng chúng ta và dạy chúng ta luật pháp của Đức Chúa Trời, là Chân Lý, để chúng ta có thể sống theo những luật lệ này và sống bởi lẽ thật.

Công Việc của Đức Thánh Linh, Đấng Vùa Giúp

Công việc chính của Đức Thánh Linh là khiến cho chúng ta được sinh lại. Bởi việc được sinh lại, chúng ta nhận biết luật pháp của Đức Chúa Trời và cố gắng tuân theo luật pháp đó. Đây là lý do tại sao Chúa Giê-su phán, "Quả thật, quả thật, ta nói cùng ngươi, nếu một người chẳng nhờ nước và Thánh Linh mà sanh, thì không được vào nước Đức Chúa Trời. Hễ chi sanh bởi xác thịt là xác thịt; hễ chi sanh bởi Thánh Linh là thần." (Giăng 3:5-6). Vì vậy, trừ khi chúng ta được sinh lại bởi nước và Đức Thánh Linh, chúng ta không thể nhận được sự cứu rỗi.

Ở đây, nước đề cập đến nước sự sống - Lời của Đức Chúa Trời. Chúng ta cần được thanh tẩy hoàn toàn và biến đổi bởi Lời của Đức Chúa Trời, hay lẽ thật. Vậy được sinh lại bởi Đức Thánh Linh có nghĩa là gì? Khi chúng ta tin nhận Chúa Cứu Thế Giê-su, Đức Chúa Trời ban cho chúng ta Đức Thánh Linh và thừa nhận chúng ta là con cái của Ngài (Công Vụ Các Sứ Đồ 2:38). Con cái của Đức Chúa Trời, những người được nhận lãnh Thánh Linh, lắng nghe Lời lẽ thật và học cách phân biệt giữa thiện và ác. Và khi họ cầu nguyện hết lòng, Đức Chúa Trời ban cho họ ân sủng và quyền năng để sống bởi Lời Ngài. Điều này là được sinh lại bởi Đức Thánh Linh. Và tùy thuộc vào mức độ mà Thánh Linh sinh ra thần linh cho mỗi cá nhân, người đó được biến đổi bởi lẽ thật. Và tùy thuộc vào mức độ mà cá nhân được thay đổi bởi lẽ thật, ấy là người đó có thể nhận được đức tin thuộc linh từ Đức Chúa Trời đến mức nào.

Hơn nữa, Đức Thánh Linh giúp đỡ sự yếu đuối của chúng ta và cầu thay cho chúng ta bằng sự thở than sâu sắc không diễn tả được bằng lời, mà chúng ta có thể cầu nguyện (Rô-ma 8:26). Ngài cũng phá vỡ chúng ta để làm nên những chiếc bình tốt hơn. Như Chúa Giê-su đã phán: "Nhưng Đấng Yên-ủi, tức là Đức Thánh Linh mà Cha sẽ nhân danh ta sai xuống, Đấng ấy sẽ dạy dỗ các ngươi mọi sự, nhắc lại cho các ngươi nhớ mọi điều ta đã phán cùng các ngươi" (Giăng 14:26), Đức Thánh Linh dẫn chúng ta vào lẽ thật và dạy chúng ta về những sự hầu đến trong tương lai (Giăng 16:13).

Và lại, khi chúng ta làm theo những mong muốn của Đức Thánh Linh, Ngài khiến chúng ta sanh bông trái và nhận lãnh những ân tứ thuộc linh. Vì vậy, nếu chúng ta nhận lãnh Đức Thánh Linh và làm theo lẽ thật, Ngài làm việc bên trong chúng ta để chúng ta có thể sanh bông trái yêu thương, vui mừng, bình an, kiên nhẫn, nhân từ, khoan dung, trung tín, hiền lành và tiết độ (Ga-la-ti 5:22 -23). Không chỉ vậy, Ngài còn ban những ân tứ có ích cho chúng ta trong đời sống tâm linh, có lời nói khôn ngoan, lời nói tri thức, đức tin, ơn chữa lành, làm phép lạ, lời tiên tri, phân biệt các thần, tiếng lạ, và thông giải tiếng lạ (1 Cô-rinh-tô 12:7-10).

Hơn nữa, Thánh Linh cũng phán cùng chúng ta (Công Vụ các sứ đồ 10:19), ban cho chúng ta những điều răn dạy (Công Vụ các sứ đồ 8:29), và đôi khi cấm chúng ta hành động nếu điều đó nghịch với ý muốn của Đức Chúa Trời (Công vụ 16: 6).

Đức Chúa Trời Ba Ngôi làm trọn sự tiên liệu về công cuộc cứu rỗi

Vậy nên Đức Chúa Cha, Đức Chúa Con và Đức Thánh Linh ban đầu là một. Ban đầu, Đức Chúa Trời duy nhất này, hiện hữu trong sự Sáng với tiếng nói vang động bên trong, điều khiển toàn bộ vũ trụ (Giăng 1:1; 1 Giăng 1:5). Sau đó, tại một thời điểm nhất định, để có được những con cái đích thực mà Ngài có thể chia sẻ tình yêu với họ, Ngài bắt đầu lên kế hoạch cho sự tiên liệu về công cuộc giáo hóa nhân loại. Ngài đã phân chia không gian ban đầu mà Ngài ngự tọa thành nhiều không gian khác nhau, và bắt đầu hiện hữu trong Đức Chúa Trời Ba Ngôi.

Đức Chúa Con, Đức Chúa Giê-su Christ đều ra từ Đức Chúa Trời ban đầu (Công-vụ 13:33; Hê-bơ-rơ 5:5), và Đức Chúa Trời là Đức Thánh Linh, cũng được bắt nguồn từ Đức Chúa Trời ban đầu (Giăng 15:26; Ga-la-ti 4: 6). Vì vậy, Đức Chúa Cha, Đức Chúa Con, và Đức Chúa Trời là Đức Thánh Linh - Đức Chúa Trời Ba Ngôi đã hoàn thành sự tiên liệu về công cuộc cứu rỗi của nhân loại, và sẽ tiếp tục thực hiện nó cho đến ngày của Tòa Trắng và Lớn.

Khi Chúa Giê-su bị treo trên thập tự giá, Ngài không phải chịu đau đớn riêng mình. Đức Chúa Cha và Đức Thánh Linh cũng trải qua nỗi đau với Ngài. Ngoài ra, khi Đức Thánh Linh làm trọn chức vụ của Ngài trong sự than thở và cầu thay cho các linh hồn ở đây trên đất này, Đức Chúa Cha và Chúa cũng đồng hành cùng Ngài.

1 Giăng 5:8 có chép rằng, "Vì có ba làm chứng: Đức Thánh Linh, nước và huyết; ba ấy hiệp một." Nước về thuộc linh tượng trưng cho chức vụ của Lời Đức Chúa Trời, và huyết tượng trưng cho chức vụ của Chúa và sự đổ máu của Ngài trên thập tự giá. Bằng cách làm việc cùng nhau trong các chức vụ của mình, Đức Chúa Trời Ba Ngôi đưa ra bằng chứng về sự cứu rỗi cho tất cả các tín hữu.

Đồng thời, Ma-thi-ơ 28:19 có chép rằng, "Hãy đi dạy dỗ muôn dân, hãy nhân danh Đức Cha, Đức Con, và Đức Thánh Linh mà làm phép báp-têm cho họ." Và 2 Cô-rinh-tô 13:13 có chép, "Nguyền xin ơn của Đức Chúa Giê-su Christ, sự yêu thương của Đức Chúa Trời, và sự giao thông của Đức Thánh Linh ở với anh em hết thảy." Chúng ta có thể thấy ở đây người ta chịu phép báp têm và được ban phước trong danh Đức Chúa Trời Ba Ngôi.

Theo cách này, vì ban đầu Đức Chúa Cha, Đức Chúa Con, và Đức Thánh Linh có cùng thuộc tánh, cùng một tấm lòng, và một tâm trí, mỗi vai trò ấy trong việc trưởng dưỡng con người được phân biệt theo cách có trật tự. Đức Chúa Trời phân biệt rõ ràng thời Cựu Ước, chính Đức Chúa Trời là Đức Chúa Cha đã dẫn dắt dân sự của Ngài; thời kỳ Tân ước, Đức Chúa Giê-su đã bước vào thế gian này để trở thành Đấng Cứu Rỗi nhân loại; và kế đến là thời kỳ ân điển, Đức Thánh Linh, Đấng Vùa Giúp, thực hiện chức vụ của Ngài. Đức Chúa Trời Ba Ngôi đã hoàn thành ý muốn của Ngài trong từng giai đoạn tương ứng.

Công vụ 2:38 có chép, "Hãy hối cải, ai nấy phải nhân danh Đức Chúa Giê-su chịu phép báp-têm, để được tha tội mình, rồi sẽ được lãnh sự ban cho Đức Thánh Linh." Và như có chép trong 2 Cô-rinh-tô 1:22, "Đức Chúa Trời, Ngài cũng lấy ấn mình mà đóng cho chúng tôi và ban của tin Đức Thánh Linh trong lòng chúng tôi," nếu chúng ta tin nhận Chúa Giê-su Christ và nhận lãnh Đức Thánh Linh, chúng ta không chỉ được quyền trở nên con cái của

Đức Chúa Trời (Giăng 1:12), mà còn có thể nhận được sự dẫn dắt của Đức Thánh Linh để trừ bỏ tội lỗi và sống trong sự Sáng. Khi linh hồn chúng ta sung mãn, mọi sự đều sẽ thịnh vượng, và chúng ta được phước về cả thuộc linh lẫn thuộc thể. Khi về Thiên Đàng, chúng ta được vui hưởng sự sống đời đời!

Nếu Đức Chúa Cha đã tồn tại một mình, chúng ta không thể nhận được sự cứu rỗi trọn vẹn. Chúng ta cần Chúa Giê-su Christ bởi vì chúng ta chỉ có thể vào vương quốc của Đức Chúa Trời sau khi được rửa sạch tội lỗi mình. Và nếu chúng ta trừ bỏ được tội lỗi của mình và tìm kiếm hình ảnh của Đức Chúa Trời, chúng ta cần sự giúp đỡ của Đức Thánh Linh. Vì Đức Chúa Trời Ba Ngôi — Cha, Con và Đức Thánh Linh — giúp chúng ta, chúng ta có thể nhận được sự cứu rỗi trọn vẹn và dâng vinh hiển lên Ngài.

Xác thịt và công việc của xác thịt

Thuật ngữ "xác thịt" từ quan điểm thuộc linh là một thuật ngữ ám chỉ đến sự giả dối trong lòng chúng ta và bày tỏ ra bên ngoài bằng việc làm. Ví dụ, thù ghét, ghen tỵ, ngoại tình, kiêu căng, và những thứ tương tự, tỏ ra bên ngoài bằng các hành động cụ thể như bạo lực, lạm dụng, giết người, vv, được gọi chung là "xác thịt", và mỗi một tội trong loại này, khi phân loại ra, được gọi là "công việc của xác thịt".

Sự ham muốn của xác thịt, mê tham của mắt, và sự kiêu ngạo của đời

"Sự ham muốn của xác thịt" đề cập đến bản chất khiến con người phạm tội theo những ham muốn của nó. Những khuynh hướng này bao gồm thù ghét, kiêu ngạo, giận dữ, lười biếng, ngoại tình, v.v. Khi những bản chất tội lỗi này gặp phải một môi trường nào đó kích thích chúng, sự ham muốn của xác thịt bắt đầu xuất hiện. Ví dụ: nếu ai đó có bản chất tội lỗi về 'đoán xét và buộc tội' người khác, họ sẽ thích nghe tin đồn và chuyện tầm phào.

"Sự mê tham của mắt" ám chỉ đến bản chất tội lỗi làm cho một người ham muốn mọi thứ của xác thịt khi tấm lòng bị kích động bởi các giác quan nhìn thấy và nghe bởi mắt và tai. Sự ham muốn của đôi mắt được kích thích khi chúng ta nhìn và nghe những công việc của đời này. Nếu những điều này không được trừ bỏ mà cứ tiếp tục tiếp nhận chúng, thì sự ham muốn của xác thịt bị kích động, và chúng ta sẽ phạm tội.

"Sự kiêu ngạo của đời" đề cập đến bản chất tội lỗi trong một con người khiến họ muốn thể hiện mình bằng cách khoe khoang hoặc khoác lác trong khi theo đuổi những thú vui của đời này. Nếu một người có bản tính tội lỗi này, người ấy sẽ không ngừng cố gắng để đạt được những thứ thuộc đời này để tự khoe mình.

Chương 3

Công Việc của Xác Thịt

"Và, các việc làm của xác thịt là rõ ràng lắm: Ấy là gian dâm, ô uế, luông tuồng, thờ hình tượng, phù phép, thù oán, tranh đấu, ghen ghét, buồn giận, cãi lẫy, bất bình, bè đảng, ganh gổ, say sưa, mê ăn uống, cùng các sự khác giống như vậy. Tôi nói trước cho anh em, như tôi đã nói rồi: Hễ ai phạm những việc thể ấy thì không được hưởng nước Đức Chúa Trời."
(Ga-la-ti 5:19-21).

Ngay cả những Cơ đốc nhân đã là tín hữu trong một thời gian dài có thể không quen với thuật ngữ "công việc của xác thịt". Điều này là do trong nhiều trường hợp, các nhà thờ không dạy về tội lỗi một cách cụ thể. Tuy nhiên, trong Ma-thi-ơ 7:21 có chép rõ ràng rằng, "Chẳng phải hễ những kẻ nói cùng ta rằng: Lạy Chúa, lạy Chúa, thì đều được vào nước thiên đàng đâu; nhưng chỉ kẻ làm theo ý muốn của Cha ta ở trên trời mà thôi," chúng ta cần phải biết chính xác ý muốn của Đức Chúa Trời là thể nào, và chúng ta cần biết rõ về những tội lỗi mà Đức Chúa Trời gớm ghiếc.

Đức Chúa Trời không chỉ gọi những việc làm sai quấy có thể nhìn thấy là "tội lỗi", nhưng Ngài cũng xem sự thù ghét, ghen tỵ, đố kỵ, phán xét, hay lên án người khác, sự nhẫn tâm, một tấm lòng gian dối, v.v. cũng là tội lỗi. Theo Kinh thánh, "Bất cứ điều gì không phải từ đức tin" (Rô-ma 14:23), biết điều nên làm mà không làm (Gia-cơ 4:17), không làm điều lành theo như ý muốn, mà làm điều ác mình không muốn (Rô-ma 7:19-20), việc làm của xác thịt (Ga-la-ti 5:19-21), và những sự thuộc về xác thịt (Rô-ma 8:5) đều là "tội lỗi".

Tất cả những loại tội lỗi này tạo thành một bức tường ngăn cách giữa chúng ta và Đức Chúa Trời, như được chép trong Ê-sai 59:1-3, "Nầy, tay Đức Giê-hô-va chẳng trở nên ngắn mà không cứu được; tai Ngài cũng chẳng nặng nề mà không nghe được đâu. Nhưng ấy là sự gian ác các ngươi làm xa cách mình với Đức Chúa Trời; và tội lỗi các ngươi đã che khuất mặt Ngài khỏi các ngươi, đến nỗi Ngài không nghe các ngươi nữa. Vì tay các ngươi đã ô uế bởi máu, ngón tay các ngươi đã ô uế bởi tội ác; môi các ngươi nói dối, lưỡi các ngươi lằm bằm sự xấu xa."

Vậy những bức tường tội lỗi cụ thể nào ngăn cách giữa chúng ta với Đức Chúa Trời?

Những sự thuộc về xác thịt và công việc của xác thịt

Thông thường, khi nói đến thân thể con người, các từ "thân thể" và "xác thịt" được sử dụng thay thế cho nhau. Tuy nhiên, "xác thịt" theo khái niệm thuộc linh thì không phải vậy. Ga-la-ti 5:24 chép rằng, "Vả, những kẻ thuộc về Đức Chúa Giê-su Christ đã đóng đinh xác thịt với tình dục và dâm dục mình trên thập tư giá rồi." Điều này không có nghĩa là chúng ta đã đóng đinh thân thể mình.

Chúng ta cần biết ý nghĩa thuộc linh của từ "xác thịt" để hiểu ý nghĩa của câu trên. Không phải "xác thịt" luôn được sử dụng theo nghĩa thuộc linh. Đôi khi chỉ đơn giản là đề cập đến thân thể con người. Đây là lý do tại sao chúng ta cần phải biết thuật ngữ này rõ ràng hơn, hầu cho có thể biết khi nào từ này được sử dụng với ý nghĩa thuộc linh và khi nào không.

Ban đầu, con người được dựng nên với linh, hồn và thân thể, và con người không có tội lỗi. Tuy nhiên, sau khi không vâng giữ Lời Đức Chúa Trời, con người trở thành tội nhân. Và, vì tiền công của tội lỗi là sự chết (Rô-ma 6:23), tâm linh, là chủ của con người, đã chết. Còn thân thể con người trở thành thứ vô dụng, thời gian trôi qua, cuối cùng nó trở nên hư hỏng, phân rã, và trở về với một nắm bụi đất. Vì con người dung dưỡng tội lỗi trong mình, rồi qua việc làm, họ phạm đến những tội này. Đây là khi mà thuật ngữ "xác thịt" xuất hiện.

"Xác thịt", với tư cách là một thuật ngữ thuộc linh, đại diện cho sự kết hợp của bản tính tội lỗi và thân thể con người mà từ đó chân lý bị lu mờ. Vì vậy, khi Kinh Thánh đề cập đến "xác thịt", nói đến tội lỗi chưa tỏ ra bằng việc làm, nhưng điều đó có thể xảy ra tại bất kỳ thời điểm nào. Điều này bao gồm những suy nghĩ tội lỗi, và tất cả các loại tội lỗi khác trong thân thể chúng ta. Và tất cả những tội lỗi này, nói chung, được gọi là "những sự thuộc về xác thịt".

Nói cách khác, thù ghét, kiêu ngạo, giận dữ, phán xét, lên án, ngoại tình, tham lam, v.v., được gọi chung là "xác thịt", và mỗi tội này được gọi riêng là "điều thuộc về xác thịt". Vì vậy, chừng nào những sự thuộc về xác thịt này vẫn còn trong lòng của một người nào đó, trong những hoàn cảnh thích hợp, chúng có thể tỏ ra bên ngoài vào bất kỳ thời điểm nào ấy là những việc làm tội lỗi. Ví dụ, nếu có bản tính lừa dối trong lòng, nó có thể không lộ rõ trong những hoàn cảnh bình thường, nhưng khi bị dồn ép vào một tình huống bất lợi hoặc khẩn cấp, người ta có thể nói dối người khác bằng lời nói hoặc hành động gian dối.

Những tội lỗi được tỏ ra bên ngoài như vậy cũng là những sự thuộc về "xác thịt", nhưng mỗi tội lỗi được thực hiện bằng việc làm được gọi là "công việc của xác thịt". Ví dụ, nếu chúng ta có ý đồ muốn đánh ai đó, 'ác ý' này được coi là "sự thuộc về xác thịt". Và nếu chúng ta thực sự đánh ai đó, thì đây được coi là "công việc của xác thịt".

Sáng Thế ký 6:3, có chép rằng, "Đức Giê-hô-va phán rằng: Thần ta sẽ chẳng hằng ở trong loài người luôn; trong điều lầm lạc, loài người chỉ là xác thịt." Đức Chúa Trời cho biết rằng Ngài sẽ không ở cùng loài người luôn, vì con người đã trở thành xác thịt. Vậy điều này có nghĩa là Đức Chúa Trời không còn ở cùng chúng ta? Không, điều nầy không phải vậy. Vì khi chúng ta đã tin nhận Đức Chúa Giê-su Christ, thì nhận lãnh Đức Thánh Linh, và được tái sanh để được làm con cái của Đức Chúa Trời, chúng ta không còn là loài xác thịt nữa.

Nếu chúng ta sống bởi Lời của Đức Chúa Trời và làm theo sự dẫn dắt của Đức Thánh Linh, thì Thánh Linh sinh ra thần linh, và chúng ta trở thành những người thuộc về sự thiêng liêng. Đức Chúa Trời, là thần linh, ở cùng những người đang biến đổi mỗi ngày thành con người thuộc về sự thiêng liêng. Tuy nhiên, Đức Chúa Trời không ở cùng những người nói rằng họ tin, nhưng vẫn tiếp tục phạm tội và phạm đến những công việc của xác thịt. Kinh thánh nhiều lần cho biết rằng những loại người này không thể nhận được sự cứu rỗi (Thi thiên 92: 7; Ma-thi-ơ 7:21; Rô-ma 6:23).

Công việc của xác thịt không cho con người thừa kế vương quốc Đức Chúa Trời

Nếu, sau khi sống giữa tội lỗi, chúng ta nhận ra rằng mình

là một kẻ có tội và tin nhận Chúa Cứu Thế Giê-su, chúng ta cố gắng không phạm đến công việc của xác thịt là những điều tỏ ra cách tỏ tường là 'tội lỗi'. Đức Chúa Trời không hài lòng với 'những điều thuộc về xác thịt', nhưng chính 'công việc của xác thịt' mới thực sự ngăn cản chúng ta khỏi việc thừa hưởng vương quốc của Đức Chúa Trời. Vì vậy, chúng ta phải cố gắng hết sức để không phạm đến những công việc của xác thịt.

1 Giăng 3:4 cho biết rằng, "Hễ ai phạm tội tức là trái luật pháp; và sự tội lỗi tức là sự trái luật pháp." Ở đây, "Hễ ai phạm tội" nghĩa là bất kỳ người nào phạm đến những công việc của xác thịt. Ngoài ra, sự bất công là trái luật pháp; do đó nếu không công bình, ngay cả khi chúng ta nói mình là tín đồ, Kinh Thánh cảnh báo rằng chúng ta không thể được cứu.

1 Cô-rinh-tô 6:9-10 phán rằng, "Anh em há chẳng biết những kẻ không công bình chẳng bao giờ hưởng được nước Đức Chúa Trời sao? Chớ tự dối mình: Phàm những kẻ tà dâm, kẻ thờ hình tượng, kẻ ngoại tình, kẻ làm giáng yếu điệu, kẻ đắm nam sắc, kẻ trộm cướp, kẻ hà tiện, kẻ say sưa, kẻ chửi rủa, kẻ chắt bóp, đều chẳng hưởng được nước Đức Chúa Trời đâu."

Ma-thi-ơ chương 13 giải thích rõ ràng điều gì sẽ xảy đến với những loại người này vào thời cuối cùng: "Con người sẽ sai các thiên sứ Ngài thâu mọi gương xấu và những kẻ làm ác khỏi nước Ngài, và quăng những người đó vào lò lửa, là nơi sẽ có khóc lóc và nghiến răng" (c. 41-42). Tại sao điều này lại xảy ra? Ấy là thay vì cố gắng trừ bỏ tội lỗi, họ đã sống một cuộc sống thỏa hiệp với sự gian xảo của đời này. Vì vậy, trong mắt của Đức Chúa Trời, chúng không phải là 'lúa mì', mà là 'rơm rác'.

Vì vậy, điều quan trọng nhất là trước hết chúng ta phải nhận ra loại bức tường tội lỗi nào mà chúng ta đã làm nên khiến ngăn cách giữa Đức Chúa Trời với chúng ta, chúng ta cần phá vỡ bức tường đó. Chỉ sau khi giải quyết vấn đề tội lỗi này, chúng ta mới có thể được Đức Chúa Trời thừa nhận là có đức tin, và chúng ta có thể lớn lên để trở thành thành 'lúa mì'. Bấy giờ là khi chúng ta có thể nhận được sự đáp lời cho những lời cầu nguyện của mình, trải nghiệm sự chữa lành và ơn phước.

Công việc tỏ tường của xác thịt

Vì các công việc của xác thịt tỏ ra qua việc làm, chúng ta có thể thấy rõ ràng hình ảnh đồi bại và hư hỏng của tội lỗi đã phạm. Những công việc rõ ràng nhất của xác thịt là đồi bại, ô uế và tham dục. Những tội lỗi này là tội lỗi tình dục, và những người phạm tội loại này không thể nhận được sự cứu rỗi. Vì vậy, bất cứ ai phạm đến những tội này phải nhanh chóng ăn năn và từ bỏ đường lối nó.

1) Đồi bại, ô uế, tham dục

Thứ nhất, 'đồi bại' ở đây ám chỉ đến tình dục đồi bại. Đó là khi một người nam và người nữ chưa lập gia đình có quan hệ thân thể với nhau. Trong thời đại ngày nay, vì xã hội chúng ta đầy dẫy tội lỗi, việc quan hệ tình dục trước hôn nhân đã trở nên lẽ thường tình. Tuy nhiên, ngay cả khi hai người sẽ đi đến hôn nhân, và họ yêu nhau, điều này vẫn là hành động gian dối. Nhưng ngày nay, người ta thậm chí không biết xấu hổ. Họ thậm chí không coi hành động đó là tội lỗi. Điều này là do thông qua các vở kịch hay phim ảnh, xã hội biến những câu chuyện về các vấn đề trái pháp luật và các mối quan hệ đi chệch khỏi lẽ thật thành 'những câu chuyện tình đẹp đẽ'. Khi người ta xem và bị thu hút vào các tình tiết của kịch bản và phim ảnh này, ý thức của họ về tội lỗi trở nên mờ nhạt, và dần dần, mọi người trở nên hoàn toàn chai lì với tội lỗi.

Tình dục đồi bại là không thể chấp nhận được ngay cả từ quan điểm đạo đức hay lương tâm. Vì vậy, nó sẽ càng không thể chấp nhận được trong mắt của Đức Chúa Trời thánh khiết là thế nào. Nếu hai người thực sự yêu nhau, trước tiên họ phải thông qua tổ chức hôn nhân, được sự thừa nhận từ Đức Chúa Trời, từ cha mẹ và người thân của họ, sau đó rời khỏi cha mẹ và trở nên một thịt.

Thứ nhì, tình dục đồi bại là khi một người đàn ông hay đàn bà đã lập gia đình không giữ lời thề hôn nhân thiêng liêng của họ. Ấy là khi một người chồng hoặc vợ tự cho phép mình quan hệ với một người nào đó không phải vợ / chồng hợp pháp của mình. Bên cạnh việc ngoại tình xảy ra trong các mối quan hệ giữa con người, cũng có ngoại tình thuộc linh mà người ta thường phạm đến. Đây là khi người ta tự gọi mình là tín đồ, nhưng họ thờ thần tượng hoặc cầu đồng hay xem bói, hoặc lệ thuộc vào một số loại ma thuật hay bùa mê. Đây là việc thờ lạy ác linh và ma quỷ.

Nếu nhìn vào Dân Số ký Chương 25, trong khi các con cái Y-sơ-ra-ên ở lại Shi-tim, họ không chỉ phạm đến sự đồi bại với những người nữ xứ Mô-áp; mà còn thờ lạy các thần của dân Mô-áp nữa. Vì vậy, cơn thịnh nộ của Đức Chúa Trời đã giáng lên họ, và 24.000 người đã chết vì bệnh dịch trong một ngày. Vì vậy, nếu ai đó nói rằng mình tin Đức Chúa Trời, mà còn trông cậy vào thần tượng và ma quỷ, đây là hành động ngoại tình thuộc linh, và là hành động bội nghịch Đức Chúa Trời.

Kế đến, 'ô uế' là khi bất kỳ bản chất tội lỗi nào đi quá xa và trở nên bẩn thỉu. Ví dụ, khi một tấm lòng ngoại tình đi quá xa, một tên cướp có thể cưỡng hiếp cả người mẹ lẫn con gái của bà ấy cùng một lúc. Khi ghen tuông đã đi quá xa, nó cũng có thể trở thành 'ô uế'. Ví dụ, nếu một người trở nên ghen tị với người khác đến mức vẽ hình người đó và ném phi tiêu vào, hoặc chích hình ảnh bằng kim tiêm, những hành động bất thường như vậy lộ ra kết quả của sự ghen tị, và những hành vi này là 'ô uế'.

Trước khi tin Chúa, người ta đó có thể có bản chất tội lỗi của sự thù ghét, ghen tị, hoặc ngoại tình trong mình. Bởi cớ nguyên tội của A-đam, mọi người đều có bản tánh giả dối bẩm sinh, vốn là gốc rễ bản tính của mọi người. Khi những bản chất tội lỗi bên trong của một con người vượt qua một giới hạn nhất định và vượt ra khỏi giới hạn lương tâm và đạo đức, gây thiệt hại và đau đớn cho người khác, chúng ta nói điều đó là 'ô uế'.

'Tham dục' ấy là tìm kiếm sự khoái lạc xác thịt, như ham muốn tình dục hay tưởng tượng, và phạm đến đủ thứ hành vi không đứng đắn trong khi làm theo những ham muốn dâm dục này. 'Tham dục' khác với 'ngoại tình' trong đó một người sống hầu hết cuộc sống hàng ngày của mình đắm mình trong những suy nghĩ, lời nói và hành động ngoại tình. Ví dụ, giao cấu với thú vật, hoặc có quan hệ tình dục đồng giới – người nữ phạm các hành vi không đứng đắn với người nữ khác, hoặc một người nam với một người nam khác - hoặc sử dụng các công cụ tình dục, v.v. là tất cả những hành vi xấu xa thuộc về 'tham dục'.

Trong xã hội ngày nay, người ta nói rằng những người đồng tính nên được tôn trọng. Tuy nhiên, điều này nghịch với Lời Đức Chúa Trời và trái đạo lý (Rô-ma 1:26-27). Ngoài ra, những người đàn ông tự coi mình là nữ, hoặc những người nữ nghĩ mình là đàn ông, hay những người chuyển giới, đều không thể chấp nhận được với Đức Chúa Trời (Phục truyền luật lệ ký 22:5). Điều này đi ngược lại trật tự sáng tạo của Đức Chúa Trời.

Khi xã hội bắt đầu đồi bại do tội lỗi, lương tri và đạo đức của con người về tình dục là những thứ đầu tiên trở nên rối loạn. Trong lịch sử, bất cứ khi nào văn hóa tình dục của một xã hội trở nên đồi bại, sự phán xét của Đức Chúa Trời xảy đến trên nó. Sô-đôm và Gô-mô-rơ và Pompeii (thành phố La-mã cổ đại thuộc miền nam nước Ý) là những ví dụ đích đáng về điều này. Khi chúng ta thấy văn hóa tình dục trong xã hội chúng ta đang trở nên rối loạn như thế nào trên toàn thế giới - đến mức không thể được phục hồi - chúng ta có thể biết rằng Ngày Phán Xét đang cận kề.

2) Thờ thần tượng, ma thuật, thù ghét

'Thần tượng' có thể được chia thành hai loại chính. Loại đầu tiên là tạo ra hình ảnh của một vị thần vô hình bằng cách tạo ra một số hình dạng vật lý cho vị thần đó, hoặc làm ra một số hình ảnh và biến nó thành đối tượng thờ phượng. Người ta cần đến những thứ mà họ có thể nhìn thấy bằng mắt, đụng chạm được bằng tay, và cảm nhận bằng xác thịt của mình. Đó là lý do tại sao người ta dùng gỗ, đá, sắt, vàng hoặc bạc để làm nên hình ảnh của con người, động vật, chim hoặc cá để tôn thờ nó. Hoặc họ đặt cho những đồ vật ấy một số tên, như thần mặt trời, mặt trăng, và các ngôi sao, để thờ phượng nó (Phục truyền luật lệ ký 4:16-19). Đây được gọi là 'thần tượng'.

Trong chương 32, chúng ta thấy rằng khi Môi-se lên núi Si-nai để nhận luật pháp và không quay trở lại ngay, dân Y-sơ-ra-ên đã làm một con bê bằng vàng và thờ lạy nó. Mặc dù họ được nhìn thấy rất nhiều dấu kỳ, phép lạ nhưng họ vẫn không tin, để rồi cuối cùng, họ bắt đầu thờ lạy một thần tượng. Nhìn thấy điều này, cơn thịnh nộ của Đức Chúa Trời đã giáng lên họ, khi Ngài phán rằng Ngài sẽ hủy diệt họ. Vào thời điểm đó, mạng sống của họ đã được tha nhờ lời cầu nguyện tha thiết của Môi-se. Nhưng do sự kiện này, những người trên hai mươi tuổi vào thời kỳ nầy đều không thể được vào xứ Ca-na-an, và họ đã chết trong đồng vắng. Từ sự kiện này, chúng ta có thể thấy Đức Chúa Trời gớm ghiếc việc làm ra thần tượng, cuối đầu trước mặt chúng hoặc thờ lạy chúng là thể nào.

Thứ nhì, nếu chúng ta yêu mến điều gì đó hơn là yêu mến

Đức Chúa Trời, thì điều đó trở thành một thần tượng. Cô-lô-se 3: 5-6 có chép, "Vậy hãy làm chết các chi thể của anh em ở nơi hạ giới, tức là tà dâm, ô uế, tình dục, ham muốn xấu xa, tham lam, tham lam chẳng khác gì thờ hình tượng: bởi những sự ấy cơn giận của Đức Chúa Trời giáng trên các con không vâng phục."

Ví dụ, nếu ai đó có lòng tham, thì anh ta có thể yêu tài sản vật chất nhiều hơn Đức Chúa Trời và để kiếm nhiều tiền hơn, anh ta có thể không giữ ngày của Chúa để làm nên ngày thánh. Ngoài ra, nếu một người cố gắng thỏa mãn lòng tham mình bằng cách yêu thương người khác hoặc nhiều thứ khác hơn Chúa - như vợ / chồng, con cái, danh vọng, quyền lực, kiến thức, giải trí, truyền hình, thể thao, sở thích hoặc hẹn hò - không thích cầu nguyện và sống một đời sống tâm linh sốt sắng, đây là hành động thờ thần tượng.

Chỉ vì Đức Chúa Trời bảo chúng ta không được thờ thần tượng, nếu ai đó hỏi rằng: "Phải chăng Đức Chúa Trời chỉ muốn chúng ta thờ phượng Ngài và yêu mến một mình Ngài mà thôi?" Và nếu cho rằng Đức Chúa Trời là ích kỷ, thì người ấy đang sống trong sự lầm lạc. Đức Chúa Trời không bảo chúng ta yêu Ngài hơn hết mọi điều để Ngài trở thành một nhà độc tài. Song Ngài muốn chỉ dẫn để chúng ta có cuộc sống xứng đáng là con người. Nếu một người yêu thương và tôn thờ những thứ khác hơn Đức Chúa Trời, người đó không thể làm trọn bổn phận của một con người, và họ không thể trừ bỏ tội lỗi khỏi đời sống mình.

Kế đến, từ điển định nghĩa 'ma thuật' là 'việc hành nghề phép thuật của một người được cho là thực hiện các quyền lực siêu nhiên hoặc các phép lạ thông qua sự trợ giúp của các linh hồn ma quỷ; ếm bùa; mê hoặc.' Cầu hỏi các pháp sư, nhà thông linh, và những thứ tương tự, tất cả đều thuộc loại này. Một số người đi gặp pháp sư hoặc một nhà thông linh để cầu hỏi về con cái của họ, người sắp sửa tham gia kỳ thi tuyển sinh vào đại học, hoặc để tìm hiểu xem chồng chưa cưới của họ có hợp với mình hay không. Hoặc nếu một số rắc rối phát sinh trong gia đình của mình, họ cố tìm cách để có được một lá bùa hộ mệnh hoặc bùa mê để lấy hên. Nhưng con cái của Đức Chúa Trời không bao giờ được làm những điều này, bởi vì làm những điều này sẽ rước ma quỷ vào đời sống mình và những khổ nạn lớn hơn ắt sẽ xảy đến.

'Ma thuật' và 'bỏ bùa' là những mưu mẹo nhằm lừa dối người khác, như bày ra những mưu kế xấu xa để lừa gạt ai đó, hoặc khiến họ rơi vào bẫy. Từ một quan điểm tâm linh, 'ma thuật' là hành động lừa gạt một người khác thông qua những lời lừa dối xảo quyệt. Đây là lý do tại sao sự tối tăm đang cai trị nhiều lĩnh vực khác nhau của xã hội chúng ta ngày nay.

'Thù hận' là một cảm giác oán giận hoặc thù địch chống lại ai đó và mong muốn cho người đó bị hủy hoại nặng nề nhất. Nếu nắm rõ tấm lòng của những người có mối thù với người khác, chúng ta có thể thấy rằng họ thực sự xa cách và ghét người khác vì họ không thích người ấy vì lý do nào đó, hoặc vì những ác cảm của họ. Bây giờ khi những cảm xúc xấu xa này vượt qua một giới hạn nào đó, chúng có thể bùng phát thành những hành động có thể gây tổn hại cho người khác; chẳng hạn như bày ra những lời vu khống chống lại đối phương, nói hành và phỉ báng, và tất cả những việc làm độc ác khác.

Trong Sa-mu-ên chương 16, chúng ta thấy rằng ngay khi thần của Đức Giê-hô-va lìa khỏi Sau-lơ, tà linh liền đến quấy rối người. Nhưng khi Đa-vít chơi đàn hạc, Sau-lơ liền được tươi mới và khỏe mạnh, các tà linh ra khỏi ông. Ngoài ra, Đa-vít đã giết chết gã khổng lồ Phi-li-tin, Gô-li-át, bằng một cái trành ném đá và một hòn đá để cứu quốc gia Y-sơ-ra-ên khỏi cuộc khủng hoảng, liều mạng sống của mình mà đem lòng trung thành với Sau-lơ. Tuy nhiên, Sau-lơ sợ Đa-vít chiếm đoạt ngôi vị mình, ông đã mất nhiều năm săn đuổi Đa-vít để lấy mạng sống người. Cuối cùng, Chúa đã phế bỏ Sau-lơ. Lời của Đức Chúa Trời bảo chúng ta hãy yêu thương kẻ thù mình. Do đó chúng ta không bao giờ nên thù hận đối với bất cứ ai.

3) Bất hòa, ghen tị, những cơn giận dữ

'Bất hòa' xảy ra khi người ta đặt quyền ưu tiên cho lợi ích riêng và quyền lực cá nhân của mình lên trên những người khác và tranh chiến cho điều đó. Sự bất hòa thường bắt đầu bằng sự tham lam và gây xung đột dẫn đến xung đột giữa các lãnh đạo quốc gia, đảng viên chính trị, thành viên gia đình, những người trong nhà thờ và trong tất cả các mối quan hệ giữa cá nhân với nhau.

Trong lịch sử Hàn Quốc, chúng ta có một ví dụ về xung đột giữa các lãnh đạo quốc gia. Dae Won Goon, cha của hoàng đế cuối cùng của triều đại Chosun và con dâu của ông, Hoàng hậu Myong Sung, đã tranh chấp quyền lực chính trị chống lại nhau cùng với các cường quốc nước ngoài khác ủng hộ mỗi người trong họ. Điều này kéo dài hơn mười năm. Khiến dẫn đến hỗn loạn quốc gia, từ đó xảy ra một cuộc nổi dậy quân sự và thậm chí là một cuộc cách mạng của nông dân. Nhiều lãnh đạo chính trị đã bị giết, và Hoàng hậu Myong Sung cũng bị giết bởi bàn tay của các sát thủ Nhật Bản. Cuối cùng, do tranh chấp này giữa các lãnh đạo quốc gia quan trọng, Hàn Quốc đã mất chủ quyền vào tay người Nhật.

Sự bất hòa cũng có thể xảy ra giữa vợ chồng, hoặc cha mẹ và con cái. Nếu cả vợ lẫn chồng đều muốn người kia quan tâm đến mong muốn của mình, điều này có thể gây ra xung đột và có thể dẫn đến ly thân. Thậm chí có trường hợp vợ chồng kiện nhau và trở thành kẻ thù suốt đời. Nếu có sự tranh cãi trong nhà thờ, công việc của Sa-tan bắt đầu và ngăn cản Hội thánh phát triển, và ngăn trở tất cả các bộ phận của nhà thờ khiến họ hoạt động cách đúng đắn.

Khi đọc Kinh Thánh, chúng ta thường xuyên gặp những cảnh bất đồng và tranh chiến. Trong 2 Sa-mu-ên 18:7, chúng ta thấy con trai của Đa-vít, Áp-sa-lom, đã cầm đầu một cuộc nổi loạn chống lại cha mình, và hai mươi nghìn người đã bị giết nội trong ngày. Ngoài ra, sau cái chết của Sa-lô-môn, Y-sơ-ra-ên bị phân chia thành vương quốc phía bắc thuộc Y-sơ-ra-ên và vương quốc phía nam thuộc Giu-đa, thậm chí sau đó, xung đột và chiến tranh vẫn tiếp diễn. Đặc biệt, ở vương quốc phía bắc Y-sơ-ra-ên, ngai vàng liên tục bị đe dọa bởi sự bất đồng. Vì vậy, khi biết rằng sự bất đồng chỉ dẫn đến đau đớn và hủy diệt, tôi hy vọng rằng mỗi người trong chúng ta sẽ luôn tìm kiếm lợi ích vì người khác và sống trong hòa hiếu.

Kế đến, 'ghen tỵ' là khi một người tự xa lánh những người khác và thù ghét họ vì anh ta đã trở nên ghen tỵ với họ mà nghĩ rằng họ giỏi hơn mình. Khi sự ghen tỵ lớn lên, nó có thể phát triển thành giận dữ đầy dẫy sự ác. Điều này có thể gây nên bất hòa và dẫn đến tranh chiến.

Trong Kinh Thánh, chúng thấy hai người vợ của Gia-cốp, Lê-a và Ra-chên, đã ghen tị với nhau, còn Gia-cốp thì đứng giữa hai người (Sáng thế ký chương 30). Vua Sau-lơ ghen tị với Đa-vít, người được dân chúng mến mộ yêu thương nhiều hơn Sau-lơ (1 Sa-mu-ên 18: 7-8). Ca-in ghen tị với em mình là A-bên, và giết người (Sáng thế ký 4:1-8). Ghen tuông phát sinh từ tà ác trong lòng và xúi giục họ phải tìm cách thỏa mãn lòng ham muốn đó.

Cách dễ nhất để nhận biết chúng ta có mối ghen tỵ trong lòng hay không, ấy là tra xem để biết chúng ta có bao giờ cảm thấy không thoải mái khi một người khác thịnh vượng và giỏi hơn mình. Hơn nữa, chúng ta có thể bắt đầu không thích người khác và muốn chiếm đoạt những gì họ có. Ngoài ra, nếu từng so sánh mình với người khác và cảm thấy chán nản, sự ghen tỵ là gốc rễ của vấn đề này. Khi người đó có cùng độ tuổi, đức tin, kinh nghiệm và bối cảnh hay môi trường, đây là điều rất dễ sanh lòng ghen tị với người đó. Như Đức Chúa Trời đã truyền dạy chúng ta "hãy yêu người lân cận như chính mình", nếu một người khác được khen vì họ giỏi hơn chúng ta về điều gì đó, Đức Chúa Trời muốn chúng ta vui mừng với họ. Ngài muốn chúng ta vui mừng như thể chính mình được khen ngợi.

'Nổi giận' là biểu hiện của sự giận dữ vượt quá mức cơn giận bên trong mà người ta có thể cố gắng giữ nó trong lòng. Điều đó đôi khi dẫn đến tổn hại. Ví dụ, dễ dàng tức giận bất cứ khi nào có điều gì không hợp với ý kiến hoặc suy nghĩ của mình và sử dụng bạo lực, thậm chí giết người. Chỉ đơn thuần trở nên thất vọng và thể hiện sự thất vọng đó không cản trở sự cứu rỗi; tuy nhiên, nếu có bản chất tà ác của cơn giận dữ, cơn giận dữ trong chúng ta có thể trở thành cơn thịnh nộ. Vì vậy, chúng ta phải trừ bỏ và diệt tận gốc sự tà ác này.

Đây là trường hợp của vua Sau-lơ, người đã đem lòng ghen tị với Đa-vít và liên tục cố tìm cách lấy mạng sống người chỉ vì Đa-vít được nhiều người khen ngợi — những lời khen ngợi mà người ấy xứng đáng! Có một vài nơi trong Kinh Thánh, khi Sau-lơ nổi cơn giận dữ. Ông đã từng ném một ngọn giáo nhắm vào Đa-vít (1 Sa-mu-ên 18:1). Chỉ vì thành Nóp đã giúp Đa-vít trên đường thoát thân, Sau-lơ đã phá hủy thành này. Đó là thành của các thầy tế lễ, Sau-lơ không chỉ giết những người nam, người nữ, trẻ em và trẻ sơ sinh; mà còn giết cả những bò, lừa, và chiên (1 Sa-mu-ên 22:19). Nếu trở nên quá tức giận như vậy, chúng ta đang chồng chất tội lỗi.

4) Cãi lẫy, bất hòa, bè đảng

'Cãi lẫy' khiến người ta bị phân rẽ. Nếu một điều gì đó không hợp với họ, họ liền lập nên bè đảng hoặc phe nhóm. Điều nầy không đơn giản chỉ nói đến những người gần gũi, cùng chia sẻ chung điều gì đó, hoặc gặp gỡ thường xuyên. Đây là những nhóm chống đối mà các thành viên của nó nói hành, chỉ trích, phán xét và lên án. Những nhóm này có thể hình thành trong một gia đình, trong khu phố, và ngay cả trong nhà thờ.

Ví dụ, nếu ai đó không thích các mục sư của mình và bắt đầu nói hành về họ với một nhóm người có cùng quan điểm với nhau, thì đây là 'hội Sa-tan'. Bởi vì những người này đang cản trở các mục sư bằng cách phán xét và lên án họ, khiến nhà thờ họ phục vụ không thể trải nghiệm sự phục hưng.

'Bất hòa' tạo ra phe phái và tách mình ra khỏi phần còn lại trong khi làm theo ý muốn và suy nghĩ của riêng mình. Có thể lấy một ví dụ về việc tạo nên một bè đảng trong nhà thờ. Đây là một hành động chống lại ý muốn tốt đẹp của Đức Chúa Trời, vì nó ra đời bởi một quan điểm quả quyết rằng những gì mình đang nghĩ là cách suy nghĩ đúng đắn nhất, và mọi thứ phải được điều chỉnh để đáp ứng với lợi ích riêng của họ.

Con trai của Đa-vít, Áp-sa-lôm đã phản bội và nổi loạn chống lại cha mình (2 Sa-mu-ên chương 15), bởi vì ông đang theo đuổi tham vọng của mình. Trong cuộc nổi loạn này, nhiều người Y-sơ-ra-ên, thậm chí A-hi-tô-phe, mưu sĩ của Đa-vít, cũng đứng về phía Áp-sa-lôm mà phản bội Đa-vít. Đức Chúa Trời từ bỏ những người như vậy vì đã dự vào các công việc xác thịt. Do đó, Áp-sa-lôm và hết thảy những người đứng về phía người cuối cùng đã bị bại trận và phải đối mặt với những kết cuộc khốn khổ.

'Dị giáo' là việc làm của của những người phủ nhận Chúa, Đấng cứu chuộc họ, mang lại sự hủy diệt nhanh chóng cho chính mình (2 Phi-e-rơ 2:1). Chúa Cứu thế Giê-su đã đổ huyết để cứu chúng ta, trong khi chúng ta đang ở trong tội lỗi; do đó chúng ta đúng khi nói rằng Ngài đã mua chúng ta bằng huyết Ngài. Vì vậy, nếu chúng ta tuyên xưng đức tin nơi Đức Chúa Trời nhưng chối bỏ Chúa Ba Ngôi, hoặc chối bỏ Chúa Giê-su Christ Đấng đã chuộc chúng ta bằng chính huyết Ngài, thì điều đó đồng nghĩa với việc chúng ta đang mang đến sự hủy diệt cho chính mình.

Có những lúc, khi người ta không hiểu rõ về dị giáo, người ta thường buộc tội và lên án người khác là dị giáo chỉ vì có sự khác nhau chút ít giữa những người đó với bản thân họ. Tuy nhiên, đây là một việc rất nguy hiểm, và nó có thể rơi vào việc gây ngăn cản công việc của Đức Thánh Linh. Nếu ai đó tin vào Chúa Ba Ngôi — Cha, Con và Thánh Linh, và không phủ nhận Chúa Giê-su Christ, chúng ta không thể lên án họ là dị giáo.

5) Đố kỵ, giết người, say sưa, buông tuồng

'Đố kỵ' là sự ghen tuông được thể hiện bằng hành động. Ghen tuông là không chấp nhận hay không thích người khác khi mọi thứ diễn ra tốt đẹp với họ, và đố kỵ là một bước xa hơn khi sự phản đối này kích động ai đó thực hiện những hành động gây hại cho người khác. Thông thường, ghen tị có thể thường được tìm thấy ở phụ nữ, nhưng nó cũng có thể thường xảy ra ở nam giới; và nếu điều đó cứ thêm lên, có thể dẫn đến tội lỗi nghiêm trọng như giết người. Và ngay cả khi sự nầy không dẫn đến giết người, nó có thể đi xa cách đáng sợ hoặc làm tổn thương người khác, hoặc có các hành động xấu xa như âm mưu chống lại một ai đó.

Kế đến, 'say sưa'. Trong Kinh thánh, có một cảnh sau sự phán xét bằng nước lụt, Nô-ê uống rượu, trở nên say sưa, và phạm sai lầm. Sự say sưa của Nô-ê cuối cùng đã khiến ông rủa sả người con trai thứ của mình, là kẻ đã công khai sự lõa lồ của ông ra bên ngoài. Ê-phê-sô 5:18 nói, "Đừng say rượu, vì rượu xui cho luông tuồng; nhưng phải đầy dẫy Đức Thánh Linh." Điều này có nghĩa rằng say rượu là tội lỗi.

Lý do Kinh Thánh có chép về những người uống rượu là vì Y-sơ-ra-ên có nhiều vùng hoang dã khô khan, và nước rất khan hiếm. Do đó, các loại rượu thay thế được làm từ nước ép tinh khiết của nho, và các loại trái cây khác có độ ngọt cao được cho phép (Phục truyền Luật lệ ký 14:26). Tuy nhiên, người dân Y-sơ-ra-ên uống rượu này thay cho nước; nhưng không đủ để say. Nhưng ở nước ta ngày nay, nơi nước uống rất dồi dào, chúng ta thực sự không cần uống rượu hoặc thức uống có cồn.

Trong Kinh Thánh, chúng ta có thể thấy rằng Đức Chúa Trời không có ý định cho các tín hữu uống đồ uống mạnh như rượu (Lê-vi ký 10:9; Rô-ma 14:21). Châm ngôn 31:4-6 chép rằng: "Hỡi Lê-mu-ên, chẳng xứng hiệp cho các vua, Chẳng xứng hiệp cho các vua uống rượu, Hay là cho các quan trưởng nói rằng: Vật uống say ở đâu? E chúng uống, quên luật pháp, Và làm hư sự xét đoán của người khốn khổ chăng. Hãy ban vật uống say cho người gần chết, Và rượu cho người có lòng bị cay đắng."

Chúng ta có thể nói rằng, "Phải chăng chỉ uống một lượng vừa đủ là được, nhưng không nên uống đến say?" Nhưng ngay cả khi chúng ta uống một chút, vẫn bị "say một chút". Chúng ta vẫn bị say ngay cả khi đó là 'chỉ một chút'. Khi bị say rượu, chúng ta sẽ mất tự chủ, vì vậy ngay cả khi bình thường là một người bình tĩnh và dịu dàng, chúng ta có thể trở nên hung bạo khi say rượu. Có những người bắt đầu nói chuyện thô lỗ và hành động thô bạo, hoặc thậm chí gây nên cãi lẫy. Ngoài ra, vì say rượu sanh ra điều vô lý và tự do làm theo ý mình, một số người có thể phạm đến đủ thứ tội lỗi khác nhau. Chúng ta rất thường thấy người uống rượu nhiều làm tổn hại sức khỏe mình, và những người nghiện rượu không chỉ mang lại nỗi đau cho bản thân, mà còn khiến cho người thân của họ phải khổ sở. Nhưng trong nhiều trường hợp, mặc dù mọi người biết uống rượu có hại là thế nào, một khi họ bắt đầu, họ không thể dừng lại, và cứ tiếp tục uống cho đến khi làm hỏng cả đời mình. Đây là lý do tại sao 'say sưa' được đưa vào danh sách 'công việc của xác thịt'.

Nhiều thứ thuộc về "Buông tuồng". Nếu ai đó say mê uống rượu, chơi game, cờ bạc, và những thứ tương tự, người đó không thể đảm trách với tư cách là người chủ của gia đình, hay chăm sóc một đứa trẻ với tư cách làm cha mẹ, trong trường hợp đó Đức Chúa Trời xem là 'buông tuồng'. Ngoài ra, không có khả năng tự kiểm soát mà chạy theo những thú vui nhục dục và có lối sống vô đạo đức, hoặc sống tùy thích cũng thuộc về sự 'buông tuồng'.

Một vấn đề khác trong xã hội ngày nay là nỗi ám ảnh của mọi người về các sản phẩm và thương hiệu cao cấp cách thiển cận khiến họ bị hút vào các hoạt động mua sắm. Mọi người mua túi xách, quần áo, giày dép, v.v. mà họ không đủ khả năng để chi trả, và điều này dẫn đến khối nợ lớn. Không thể trả hết nợ, một số người thậm chí phạm tội hoặc tự sát. Đây là trường hợp của những người không thể tự kiểm soát lòng tham của mình, chạy theo những thú vui, và sau đó phải trả giá cho hậu quả.

6) Và những điều tương tự ...

Đức Chúa Trời cho chúng ta biết rằng có rất nhiều công việc khác nhau của xác thịt ngoài những thứ đã được đề cập đến. Tuy nhiên, với suy nghĩ, 'Làm thế nào tôi có thể loại bỏ hết những tội lỗi này?" Chúng ta không nên bỏ cuộc ngay từ đầu. Thậm chí nếu chúng ta có nhiều tội lỗi, nhưng khi có sự hứa nguyện mạnh mẽ trong lòng và cố gắng hết mình, chúng ta chắc chắn có thể loại bỏ những tội lỗi đó. Trong khi cố gắng không làm công việc của xác thịt, nếu chăm chỉ làm việc thiện lành, và cầu nguyện luôn, chúng ta sẽ nhận được ân điển của Đức Chúa Trời và đạt được quyền năng để biến đổi. Điều này có thể là không thể đối với năng lực của con người; nhưng bởi quyền năng của Đức Chúa Trời mọi sự đều có thể (Mác 10:27).

Điều gì sẽ xảy ra nếu chúng ta cứ sống như những người thế gian giữa tội lỗi và buông tuồng mặc dù chúng ta đã nghe và biết rằng mình không thể kế thừa vương quốc của Đức Chúa Trời nếu tiếp tục với công việc của xác thịt? Thế thì chúng ta là người xác thịt, ấy là 'rơm rác', và chúng ta không thể được cứu. 1 Cô-rinh-tô 15:50 chép rằng, "Hỡi anh em, tôi đoán quyết rằng thịt và máu chẳng hưởng nước Đức Chúa Trời được, và sự hay hư nát không hưởng sự không hay hư nát được." Ngoài ra, 1 Giăng 3:8 cũng cho chúng ta biết rằng, "Kẻ nào phạm tội là thuộc về ma quỉ; vì ma quỉ phạm tội từ lúc ban đầu. Vả, Con Đức Chúa Trời đã hiện ra để hủy phá công việc của ma quỉ."

Chúng ta phải nhớ rằng nếu phạm đến những công việc của xác thịt thì bức tường tội lỗi ngăn cách giữa chúng ta với Đức Chúa Trời sẽ gia cố và thêm lên, để rồi chúng ta không thể gặp được Ngài, nhận được sự đáp lời cho những lời cầu nguyện của mình, hay thừa hưởng vương quốc của Đức Chúa Trời, ấy là Thiên đàng.

Tuy nhiên, chỉ vì tin nhận Chúa Giê-su Christ và nhận lãnh Đức Thánh Linh, điều đó không có nghĩa là chúng ta có thể cắt đứt tất cả các công việc của xác thịt ngay một lúc. Nhưng với sự giúp đỡ của Đức Thánh Linh, chúng ta cần phải cố gắng sống một đời sống thánh thiện, và cầu nguyện sốt sắng bởi Thánh Linh. Bấy giờ, chúng ta có thể từng bước trừ bỏ những công việc của xác thịt. Ngay cả khi vẫn còn một vài công việc của xác thịt mà chúng ta chưa thể loại bỏ được, nếu cố gắng hết sức, Đức Chúa Trời sẽ không gọi chúng ta là người xác thịt, nhưng Ngài sẽ gọi chúng ta là con của Ngài, người đã trở nên công bình bởi đức tin và Ngài sẽ dẫn chúng ta đến sự cứu rỗi.

Nhưng điều này không có nghĩa là chúng ta nên cứ ở lại mức độ tiếp tục phạm đến những công việc của xác thịt. Chúng ta cần phải cố gắng không chỉ để loại bỏ những công việc của xác thịt có thể nhìn thấy bên ngoài, mà còn phải cố gắng loại bỏ những thứ xác thịt không thể nhìn thấy. Trong thời Cựu Ước, thật khó để loại bỏ những sự thuộc về xác thịt vì Đức Thánh Linh chưa đến và người ta phải làm điều đó bằng sức riêng của mình. Tuy nhiên, trong thời Tân Ước, chúng ta có thể loại bỏ những sự thuộc về xác thịt với sự giúp đỡ của Đức Thánh Linh và được nên thánh.

Điều này là vì Chúa Giê-su Christ đã tha thứ mọi tội lỗi của chúng ta bởi huyết Ngài đã đổ trên thập tự giá và đã sai Thánh Linh, Đấng Vùa Giúp, đến với chúng ta. Vì vậy, tôi cầu nguyện rằng anh chị em sẽ nhận được sự giúp đỡ của Đức Thánh Linh để loại bỏ tất cả các công việc của xác thịt và những sự thuộc về xác thịt để trở nên con cái yêu quý đích thực của Đức Chúa Trời.

Chương 4

"Vậy, Hãy Kết Quả Xứng Đáng với Sự Ăn Năn"

"Bấy giờ, dân thành Giê-ru-sa-lem, cả xứ Giu-đê, và cả miền chung quanh sông Giô-đanh đều đến cùng người; và khi họ đã xưng tội mình rồi, thì chịu người làm phép báp têm dưới sông Giô-đanh. Bởi Giăng thấy nhiều người dòng Pha-ri-si và Sa-đu-sê đến chịu phép báp têm mình, thì bảo họ rằng: Hỡi dòng dõi rắn lục kia, ai đã dạy các ngươi tránh khỏi cơn giận ngày sau? Vậy, các ngươi hãy kết quả xứng đáng với sự ăn năn, và đừng tự khoe rằng: Áp-ra-ham là tổ chúng ta; vì ta nói cho các ngươi rằng Đức Chúa Trời có thể khiến đá nầy sanh ra con cái cho Áp-ra-ham được. Bây giờ cái búa đã để kề rễ cây; vậy hễ cây nào không sanh trái tốt, thì sẽ phải đốn và chụm."
(Ma-thi-ơ 3:5-10)

Giăng là một tiên tri được sinh ra trước Chúa Giê-su và là người đã "ban bằng các nẻo Ngài". Giăng biết mục đích của cuộc đời mình. Vì vậy, khi đến kỳ, ông siêng năng truyền bá tin tức về Chúa Giê-su, Đấng cứu thế hầu đến. Vào thời điểm đó, người Do thái đang chờ đợi Đấng cứu thế, Đấng cứu quốc gia của họ.

Đây là lý do tại sao Giăng kêu lớn tiếng trong đồng vắng xứ Giu-đe, "Các ngươi phải ăn năn, vì nước thiên đàng đã đến gần!" (Ma-thi-ơ 3:2) Và đối với những ai ăn năn tội lỗi mình, ông làm phép báp-têm cho cho họ bằng nước và hướng dẫn họ tin nhận Chúa Giê-su làm Đấng Cứu Rỗi của mình.

Ma-thi-ơ 3:11-12 cho chúng ta biết rằng, "Về phần ta, ta lấy nước mà làm phép báp têm cho các ngươi ăn năn; song Đấng đến sau ta có quyền phép hơn ta, ta không đáng xách giày Ngài. Ấy là Đấng sẽ làm phép báp têm cho các ngươi bằng Đức Thánh Linh và bằng lửa. Tay Ngài cầm nia mà dê thật sạch sân lúa mình, và Ngài sẽ chứa lúa vào kho, còn rơm rạ thì đốt trong lửa chẳng hề tắt." Giăng đã loan báo cho mọi người biết trước rằng Chúa Giê-su, Con Đức Chúa Trời đã đến thế gian, là Đấng Cứu Rỗi của chúng ta và cuối cùng sẽ là Thẩm Phán của chúng ta.

Khi Giăng thấy nhiều người Pha-ri-si và Sa-đu-sê đến để chịu phép báp-têm, ông gọi họ là "dòng dõi rắn lục" và khiển trách họ. Ông đã làm điều này vì trừ khi họ kết quả xứng đáng với sự ăn năn, họ không thể nhận được sự cứu rỗi. Vì vậy, bây giờ hãy xem xét kỹ hơn lời khiển trách của Giăng để xem chính xác loại bông trái nào chúng ta cần phải có để nhận được sự cứu rỗi.

Các ngươi là dòng dõi rắn lục

Cả người Pha-ri-si và Sa-đu-sê đều là những chi phái của Do Thái giáo. Người Pha-ri-si tự xưng mình là những người được 'biệt riêng'. Họ tin vào sự sống lại của người công bình và sự phán xét kẻ ác; họ tuân thủ nghiêm ngặt Luật Môi-se và truyền thống của các trưởng lão. Do đó địa vị xã hội của họ là rất quan trọng.

Mặt khác, người Sa-đu-sê là các thầy tế lễ quý tộc có lợi ích chủ yếu trong đền thờ, quan điểm và phong tục của họ khác với những người Pha-ri-si. Họ đã duy trì tình hình chính trị dưới chính quyền La Mã, và họ không tin vào sự sống lại, bản chất bất diệt của linh hồn, thiên sứ và thần linh. Họ thậm chí còn xem vương quốc của Đức Chúa Trời là thế tục.

Trong Ma-thi-ơ 3:7, Giăng Báp-tít đã quở trách những người Pha-ri-si và Sa-đu-sê mà rằng, "Hỡi dòng dõi rắn lục kia, ai đã dạy các ngươi tránh khỏi cơn giận ngày sau?" Tại sao Giăng gọi họ là "dòng dõi rắn lục", khi họ tự coi mình là những người tin vào Đức Chúa Trời?

Người Pha-ri-si và Sa-đu-sê tuyên bố tin vào Đức Chúa Trời, và họ là những người dạy Luật pháp. Tuy nhiên, họ không nhận biết Con của Đức Chúa Trời, Chúa Giê-su. Đây là lý do tại sao Ma-thi-ơ 16:1-4 chép rằng, "Những người Pha-ri-si và Sa-đu-sê đến cùng Đức Chúa Giê-su, có ý thử Ngài, thì xin làm cho xem một dấu lạ từ trên trời xuống. Nhưng Ngài đáp rằng: Khi chiều tối đến, thì các ngươi nói rằng: Sẽ tốt trời, vì trời đỏ. Còn sớm mai, thì các ngươi nói rằng: Hôm nay sẽ có cơn dông, vì trời đỏ và mờ mờ. Các ngươi biết phân biệt rõ sắc trời, mà không phân biệt được dấu chỉ thì giờ ư! Dòng dõi hung ác gian dâm nầy xin một dấu lạ; nhưng sẽ chẳng cho dấu lạ chi khác ngoài dấu lạ của đấng tiên tri Giô-na. Rồi Ngài bỏ họ mà đi."

Ngoài ra, Ma-thi-ơ 9:32-34 cho chúng ta biết rằng, "Khi đi khỏi chỗ đó, thì người ta đem tới cho Ngài một người câm bị quỉ ám. Quỉ bị đuổi ra rồi, thì người câm nói được. Đoàn dân lấy làm lạ mà nói rằng: Không hề bao giờ thấy sự như vậy trong dân Y-sơ-ra-ên. Nhưng người Pha-ri-si lại nói rằng: Người nầy cậy phép chúa quỉ mà trừ quỉ." Một người lành sẽ vui mừng và tôn vinh Đức Chúa Trời, vì Chúa Giê-su đã đuổi được một con quỷ. Nhưng thay vào đó người Pha-ri-si lại ghét Chúa Giê-su rồi phán xét và lên án Ngài, mà rằng Ngài đang làm công việc của ma quỷ.

Trong chương 12 của Ma-thi-ơ, chúng ta bắt gặp cảnh tượng nơi mà người ta cố tìm một lý do nào đó để buộc tội Chúa Giê-su, bằng cách hỏi Ngài liệu có đúng hay sai khi chữa lành ai đó trong ngày Sa-bát. Biết được ý định của họ, Chúa Giê-su đã minh họa về những con chiên bị rơi xuống hố vào ngày Sa-bát để dạy họ rằng làm việc thiện trong ngày Sa-bát là việc làm phải lẽ. Sau đó, Ngài chữa lành một người đàn ông bị teo tay. Tuy nhiên, thay vì nhận biết từ sự kiện này, họ âm mưu tống khứ Chúa Giê-su. Vì Ngài làm những việc mà họ không thể làm, họ ghen tị với Ngài.

1 Giăng 3:9-10 cho biết rằng, "Ai sanh bởi Đức Chúa Trời, thì chẳng phạm tội, vì hột giống của Đức Chúa Trời ở trong người, và người không thể phạm tội được, vì đã sanh bởi Đức Chúa Trời. Bởi đó, người ta nhận biết con cái Đức Chúa Trời và con cái ma quỉ: ai chẳng làm điều công bình là không thuộc về Đức Chúa Trời, kẻ chẳng yêu anh em mình cũng vậy." Điều nầy có nghĩa rằng hễ ai phạm tội là không thuộc về Đức Chúa Trời.

Người Pha-ri-si và Sa-đu-sê tuyên bố rằng mình tin Đức Chúa Trời, nhưng lòng họ đầy gian ác. Họ phạm đến những sự thuộc về xác thịt, như ghen ty, thù ghét, kiêu ngạo, và phán xét và lên án. Họ cũng phạm đến những công việc của xác thịt. Họ chỉ theo đuổi sự tuân thủ và lễ nghi Luật pháp và tìm kiếm sự tôn trọng của thế gian. Họ chịu ảnh hưởng của Sa-tan, con rắn ngày xưa (Khải-huyền 12: 9); vì thế khi Giăng Báp-tít gọi họ là 'dòng dõi rắn lục', đây là điều ông muốn nói đến.

Sanh bông trái xứng đáng với sự ăn năn

Nếu chúng ta là con cái của Đức Chúa Trời, chúng ta nên ở trong sự sáng vì Đức Chúa Trời là sự Sáng (1 Giăng 1:5). Nếu chúng ta ở trong tối tăm, trái với Ánh Sáng, chúng ta không phải là con cái của Đức Chúa Trời. Nếu chúng ta không hành động trong sự công bình, là Lời của Đức Chúa Trời, hoặc nếu chúng ta không yêu thương anh em mình trong đức tin, thì chúng ta không thuộc về Đức Chúa Trời (1 Giăng 3:10). Những người như vậy, lời cầu nguyện của họ không thể nhận được nhậm. Họ không thể nhận được sự cứu rỗi huống chi trải nghiệm công việc của Đức Chúa Trời.

Giăng 8:44 chép rằng, "Các ngươi bởi cha mình, là ma quỉ, mà sanh ra; và các ngươi muốn làm nên sự ưa muốn của cha mình. Vừa lúc ban đầu nó đã là kẻ giết người, chẳng bền giữ được lẽ thật, vì không có lẽ thật trong nó đâu. Khi nó nói dối, thì nói theo tánh riêng mình, vì nó vốn là kẻ nói dối và là cha sự nói dối."

Bởi sự bất tuân của A-đam, tất cả nhân loại đều sinh ra với tư cách là con cái của kẻ thù ma quỷ, kẻ cầm quyền bóng tối. Chỉ những người nhận được sự tha thứ bằng cách tin vào Chúa Giê-su Christ mới được tái sinh làm con cái của Đức Chúa Trời. Tuy nhiên, nếu tuyên bố rằng mình tin Chúa Giê-su Christ nhưng trong lòng cứ vẫn còn đầy dẫy tội lỗi và gian ác, chúng ta không thể được gọi là con cái thật của Đức Chúa Trời.

Nếu chúng ta muốn trở thành con cái của Đức Chúa Trời và nhận được sự cứu rỗi, chúng ta phải ăn năn ngay về tất cả các công việc xác thịt và những sự thuộc về xác thịt và sanh bông trái ăn năn xứng đáng bằng cách làm theo ý muốn của Đức Thánh Linh.

Đừng cho rằng Áp-ra-ham là tổ phụ các ngươi

Sau khi tuyên bố với những người Pha-ri-si và Sa-đu-sê rằng họ hãy kết quả xứng đáng với sự ăn năn, Giăng Báp-tít tiếp tục nói, "Và đừng tự khoe rằng: Áp-ra-ham là tổ chúng ta; vì ta nói cho các ngươi rằng Đức Chúa Trời có thể khiến đá nầy sanh ra con cái cho Áp-ra-ham được."(Ma-thi-ơ 3: 9).

Ý nghĩa thuộc linh đằng sau câu này là gì? Con cháu Áp-ra-ham phải giống với Áp-ra-ham. Nhưng không giống như Áp-ra-ham, tổ phụ đức tin và là một người công bình, những người Pha-ri-si và Sa-đu-sê đầy dẫy sự ngang trái và bất công trong lòng. Trong khi phạm tội và làm theo ma quỷ, họ tự coi mình là con cái của Đức Chúa Trời. Đây là lý do tại sao Giăng đã quở trách họ bằng cách so sánh họ với Áp-ra-ham. Đức Chúa Trời nhìn thấy trong lòng người, chứ không phải bề ngoài (1 Sa-mu-ên 16: 7).

Rô-ma 9:6-8 cho biết rằng, "Ấy chẳng phải lời Đức Chúa Trời là vô ích. Vì những kẻ bởi Y-sơ-ra-ên sanh hạ, chẳng phải vì đó mà hết thảy đều là người Y-sơ-ra-ên. Cũng không phải vì là dòng dõi của Áp-ra-ham thì hết thảy đều là con cái người; nhưng có chép rằng: Ấy là 'BỞI Y-SÁC MÀ NGƯƠI SẼ CÓ MỘT DÒNG DÕI GỌI THEO TÊN NGƯƠI,' nghĩa là chẳng phải con cái thuộc về xác thịt là con cái Đức Chúa Trời, nhưng con cái thuộc về lời hứa thì được kể là dòng dõi Áp-ra-ham vậy."

Tổ phụ Áp-ra-ham có nhiều con trai; tuy nhiên, chỉ có con cháu của Y-sơ-ra-ên mới trở thành dòng dõi đích thực của Áp-ra-ham – dòng dõi theo lời hứa. Người Pha-ri-si và Sa-đu-sê là người Do Thái bởi huyết thống, nhưng không giống như Áp-ra-ham, họ không vâng giữ Lời của Đức Chúa Trời. Vì vậy, về mặt thuộc linh, họ không thể được thừa nhận là con cái thật của Áp-ra-ham.

Cũng vậy, chỉ tin nhận Chúa Giê-su Christ và đi nhà thờ không có nghĩa là người ấy tự động trở thành con cái của Đức Chúa Trời. Con cái của Đức Chúa Trời là nói đến một người đã được cứu rỗi bởi đức tin. Hơn nữa, có đức tin không chỉ có nghĩa là nghe Lời của Đức Chúa Trời. Mà là làm theo. Nếu, môi miệng chúng ta tuyên xưng là con của Ngài, nhưng trong lòng mình đầy dẫy sự bất công mà Đức Chúa Trời gớm ghiếc, chúng ta không thể tự cho mình là con cái của Ngài.

Nếu Đức Chúa Trời muốn những con cái là những kẻ làm điều ác, giống như người Pha-ri-si và người Sa-đu-sê, Ngài sẽ chọn những hòn đá không có sự sống lăn lóc trên mặt đất để trở thành con cái của Ngài. Nhưng đó không phải ý muốn của Đức Chúa Trời.

Đức Chúa Trời muốn có con cái thật sự để Ngài có thể chia sẻ tình yêu. Ngài muốn những con cái giống như Áp-ra-ham, người yêu mến Đức Chúa Trời và vâng phục lời Ngài một cách trọn vẹn và những người luôn luôn hành động vì tình yêu thương và sự thiện lành. Điều này là vì những người không trừ bỏ điều ác khỏi lòng mình không thể mang lại niềm vui đích thực cho Đức Chúa Trời. Nếu chúng ta sống như những người Pha-ri-si và Sa-đu-sê, theo ý muốn của ma quỷ thay vì ý muốn của Đức Chúa Trời, thì Đức Chúa Trời không cần phải cố gắng nhiều để tạo dựng và giáo hóa người đó. Ngài cũng có thể khiến đá thành con cháu của Áp-ra-ham!

"Hễ cây nào không sanh trái tốt, thì sẽ phải đốn và quăng vào lửa"

Giăng Báp-tít bảo cùng những người Pha-ri-si và Sa-đu-sê rằng, "Bây giờ cái búa đã để kề rễ cây; vậy hễ cây nào không sanh trái tốt, thì sẽ phải đốn và chụm" (Ma-thi-ơ 3:10). Điều Giăng ngụ ý ở đây là, vì Lời của Đức Chúa Trời đã được tuyên bố, mọi người sẽ chịu phán xét tùy theo việc làm của mình. Do đó bất kỳ cây nào không sanh trái tốt - như người Pha-ri-si và Sa-đu-sê — sẽ bị ném vào lửa Địa Ngục.

Trong Ma-thi-ơ 7:17-21, Chúa Giê-su phán, "Vậy, hễ cây nào tốt thì sanh trái tốt; nhưng cây nào xấu thì sanh trái xấu. Cây tốt chẳng sanh được trái xấu, mà cây xấu cũng chẳng sanh được trái tốt. Hễ cây nào chẳng sanh trái tốt, thì phải đốn mà chụm đi. Ấy vậy, các ngươi nhờ những trái nó mà nhận biết được. Chẳng phải hễ những kẻ nói cùng ta rằng: Lạy Chúa, lạy Chúa, thì đều được vào nước thiên đàng đâu; nhưng chỉ kẻ làm theo ý muốn của Cha ta ở trên trời mà thôi."

Chúa Giê-su cũng phán trong Giăng 15:5-6, "Ta là gốc nho, các ngươi là nhánh. Ai cứ ở trong ta và ta trong họ thì sinh ra lắm trái; vì ngoài ta, các ngươi chẳng làm chi được. Nếu ai chẳng cứ ở trong ta thì phải ném ra ngoài, cũng như nhánh nho; nhánh khô đi, người ta lượm lấy, quăng vào lửa, thì nó cháy." Điều này có nghĩa là con cái của Đức Chúa Trời là những kẻ làm theo ý muốn của Ngài và sanh trái tốt sẽ được vào Thiên Đàng, nhưng những ai không như vậy là con cái của quỷ dữ và sẽ bị ném vào lửa Địa Ngục.

Khi nói đến Địa Ngục, Kinh thánh thường dùng từ 'lửa'. Khải huyền 21:8 chép rằng, "Còn những kẻ hèn nhát, kẻ chẳng tin, kẻ đáng gớm ghét, kẻ giết người, kẻ dâm loạn, kẻ phù phép, kẻ thờ thần tượng, và phàm kẻ nào nói dối, phần của chúng nó ở trong hồ có lửa và diêm cháy bừng bừng: Đó là sự chết thứ hai." Sự chết thứ nhất là khi đời sống thể chất của một người kết thúc, và sự chết thứ hai là khi linh hồn, hoặc chủ nhân của người đó, chịu phán xét và sa vào lửa Địa Ngục đời đời mà không bao giờ chết.

Địa ngục là nơi có hồ lửa và hồ diêm sinh cháy bừng (lưu huỳnh). Những ai không tin vào Đức Chúa Trời, và những người tuyên bố tin vào Ngài nhưng làm điều bất công và không sanh trái của sự ăn năn thì chẳng liên quan gì đến Đức Chúa Trời; do đó họ sẽ sa vào hồ lửa trong địa ngục. Bấy giờ những kẻ làm ác, chống lại Đức Chúa Trời, hoặc hành nghề tiên tri giả và khiến nhiều người sa vào Địa Ngục đều sẽ đi vào hồ lưu huỳnh, đó là hồ lửa cháy bừng nóng hơn gấp bảy lần so với hồ lửa (Khải Huyền 19:20).

Một số người tranh luận rằng một khi đã nhận lãnh Đức Thánh Linh và tên của mình được ghi trong Sách Sự Sống, thì sẽ được cứu bất kể điều gì. Tuy nhiên, điều đó không phải vậy. Khải huyền 3:1 cho biết rằng, "Ta biết công việc ngươi; ngươi có tiếng là sống, nhưng mà là chết." Khải huyền 3:5 chép rằng, "Kẻ nào thắng, sẽ được mặc áo trắng như vậy. Ta sẽ không xóa tên người khỏi sách sự sống và sẽ nhận danh người trước mặt Cha ta, cùng trước mặt các thiên sứ Ngài." "Ngươi có tiếng là sống" đề cập đến những người đã tin nhận Chúa Giê-su Christ và tên mình được ghi trong Sách Sự Sống. Tuy nhiên, phân đoạn này cho thấy rằng, nếu một người phạm tội và sa vào con đường chết, tên của người ấy có thể bị xóa khỏi cuốn sách.

Trong Xuất Ê-díp-tô ký 32:32-33, chúng ta thấy cảnh tượng Đức Chúa Trời nổi giận với dân Y-sơ-ra-ên và đang trên bờ vực hủy diệt họ về tội thờ thần tượng. Lúc này, Môi-se đã thay mặt cho con cái Y-sơ-ra-ên bằng cách cầu xin Đức Chúa Trời tha thứ cho họ - ngay cả nếu điều nầy khiến tên của mình bị xóa khỏi Sách Sự Sống. Bấy giờ, Đức Chúa Trời phán: "Ai đã phạm tội chống lại Ta, thì ta sẽ xóa tên kẻ đó khỏi sách của ta" (Xuất Ê-díp-tô ký 32:33). Điều này có nghĩa là ngay cả khi tên chúng ta được ghi trong sách, nhưng nó có thể bị xóa nếu chúng ta lìa bỏ Đức Chúa Trời.

Trên thực tế, có rất nhiều nơi trong Kinh Thánh nói về việc phân biệt giữa lúa mì với rơm rác trong giữa tín hữu. Ma-thi-ơ 3:12 chép rằng, "Tay Ngài cầm nia mà dê thật sạch sân lúa mình, và Ngài sẽ chứa lúa vào kho, còn rơm rạ thì đốt trong lửa chẳng hề tắt." Bên cạnh đó Ma-thi-ơ 13:49-50 cho biết rằng, "Đến ngày tận thế cũng như vậy: Các thiên sứ sẽ đến và chia kẻ ác với người công bình ra, ném những kẻ ác vào lò lửa; ở đó sẽ có khóc lóc và nghiến răng."

Ở đây, "người công bình" nói đến những người tin Chúa, và "kẻ ác giữa người công bình" ám chỉ đến những người tự xưng là tín đồ nhưng giống như rơm rác, có đức tin chết, đó là đức tin không có việc làm. Những người này sẽ bị ném vào lửa địa ngục.

Bông trái xứng đáng với sự ăn năn

Giăng Báp-tít kêu gọi mọi người không chỉ ăn năn, mà còn phải sanh bông trái xứng hiệp với sự ăn năn. Vậy những bông trái xứng hiệp với sự ăn năn là gì? Ấy là những trái của sự sáng, của Đức Thánh Linh, và của tình yêu thương, đó là những bông trái tốt đẹp của lẽ thật.

Chúng ta có thể được biết về điều nầy trong Ga-la-ti 5:22-23, "Nhưng trái của Thánh Linh, ấy là lòng yêu thương, sự vui mừng, bình an, nhịn nhục, nhân từ, hiền lành, trung tín, mềm mại, tiết độ: Không có luật pháp nào cấm các sự đó." Còn Ê-phê-sô 5:9 cho biết rằng, "Vì trái của sự sáng láng ở tại mọi điều nhân từ, công bình và thành thật..." Trong số tất cả những điều này, chúng ta hãy nhìn vào chín loại trái của Thánh Linh, là một tuyên bố tuyệt vời của những 'bông trái tốt đẹp' này.

Trái đầu tiên là yêu thương. 1 Cô-rinh-tô chương 13 cho chúng ta biết tình yêu đích thực là thế nào "Tình yêu thương hay nhịn nhục; tình yêu thương hay nhân từ; tình yêu thương chẳng ghen tị, chẳng khoe mình, chẳng lên mình kiêu ngạo, chẳng làm điều trái phép,v,v" (c.4-5). Nói cách khác, tình yêu đích thực là tình yêu thuộc linh. Hơn nữa, loại tình yêu này là tình yêu hy sinh mà người ta thậm chí có thể dâng hiến mạng sống của mình cho vương quốc của Đức Chúa Trời và sự công bình của Ngài. Người ta có thể có được tình yêu nầy theo như việc người đó trừ bỏ tội lỗi, tà ác, và sự trái phép để được nên thánh là thể nào.

Trái thứ nhì là vui mừng. Những người có bông trái vui mừng có thể vui mừng không chỉ khi mọi việc suôn sẻ, nhưng họ có niềm vui trong mọi tình huống và hoàn cảnh. Họ luôn vui vẻ với sự trông đợi thiên đàng. Do đó họ không lo lắng; và bất luận khó khăn như thế nào xảy đến, họ cầu nguyện bởi đức tin, nhờ đó mà lời cầu nguyện của họ được nhậm. Vì họ tin rằng Đức Chúa Trời toàn năng là Cha của mình, họ có thể vui mừng luôn, cầu nguyện liên tục, và cảm tạ trong mọi hoàn cảnh.

Bình an là trái thứ ba. Người có trái này có tấm lòng không mâu thuẫn với ai. Vì những người như vậy không có thù hận, không muốn tranh chiến hoặc cãi lẫy, không tự xem mình là trung tâm, hay ích kỷ, họ có thể đặt người khác lên trước mình, hy sinh cho họ, phục vụ họ, và đối xử tử tế với họ. Kết quả là, họ có thể đạt được sự hòa hiếu trong mọi lúc.

Nhịn nhục là trái thứ tư. Sanh trái này có nghĩa là kiên nhẫn trong lẽ thật thông qua sự hiểu biết và tha thứ. Điều này không có nghĩa là "trông có vẻ" nhịn nhục chỉ bằng cách kiềm chế sự tức giận đang sôi sục bên trong. Ấy là quăng xa những tà ác như tức giận và thịnh nộ, đổ đầy lòng nhân từ và thành thật. Đó là có khả năng thấu hiểu mọi người và yêu thương họ. Một người có trái này thì không có ác cảm, nên không cần đến những lời như "tha thứ" và "nhịn nhục". Không chỉ trái này có liên quan đến mối quan hệ với mọi người, mà còn là chịu đựng với chính mình trong khi trừ bỏ những tà ác khỏi lòng mình và kiên nhẫn chờ đợi cho đến khi những lời cầu nguyện và cầu xin dâng lên Đức Chúa Trời được đáp lời.

Trái thứ năm, nhân từ, là sự thấu hiểu khi một điều gì đó hoặc ai đó không thể hiểu được. Lòng nhân từ này cũng là sự tha thứ khi không thể tha thứ. Nếu chúng ta có những ý tưởng tự xem mình là trung tâm hoặc nếu cảm thấy mình luôn luôn đúng, chúng ta không thể sanh bông trái thương xót. Chỉ khi từ bỏ chính mình, yêu thương tất cả mọi người với một tấm lòng rộng mở, và quan tâm đến người khác bằng tình yêu thương, chúng ta mới có thể thật sự thấu hiểu và tha thứ.

Trái thứ sáu là sự hiền lành. Ấy là noi theo tấm lòng của Đấng Christ: một tấm lòng không bao giờ cãi lẫy hay khoe mình; không bẻ cây sậy đã bị giập, cũng không tắt ngọn đèn sắp tàn. Đây là một tấm lòng chân thật, đã trừ bỏ mọi điều ác, luôn tìm kiếm sự nhân lành trong Đức Thánh Linh.

Trái thứ bảy là sự trung tín. Đó là giữ lòng trung tín cho đến chết - khi nói đến tranh chiến chống lại tội lỗi và loại bỏ nó, để đạt được sự thành thật trong lòng mình. Ấy cũng là sự trung thành và trung tín trong việc hoàn thành nhiệm vụ của mình trong nhà thờ, gia đình, nơi làm việc, hoặc bất kỳ nhiệm vụ nào của chúng ta. Đó là trung tín trong "cả nhà của Đức Chúa Trời".

Trái thứ tám là mềm mại. Sanh trái mềm mại là có một tấm lòng nhu mì, mềm mại như sợi bông, khiến người ta có thể yêu thương mọi hạng người. Nếu đạt được một tấm lòng mềm mại, bất kể ai cố tình xúc phạm chúng ta, chúng ta sẽ không bị xúc phạm, hoặc bị tổn thương. Cũng giống như khi ai đó ném một hòn đá vào một tấm bông lớn, thì tấm bông ấy sẽ chỉ ôm lấy hòn đá và phủ lên nó, nếu có trái mềm mại, chúng ta có thể yêu thương che phủ cho nhiều người đến với chúng ta để tìm kiếm nơi nghỉ ngơi.

Cuối cùng, nếu có trái tiết độ, chúng ta có thể vui hưởng sự yên ổn trong mọi lĩnh vực của cuộc sống. Và trong một cuộc sống có trật tự, khi đến kỳ chúng ta có thể sanh đủ loại trái thích hợp. Do đó, chúng ta có thể vui hưởng một cuộc sống tốt đẹp và phước hạnh.

Vì Đức Chúa Trời muốn chúng ta có tấm lòng nhân từ như vậy, Ngài phán trong Ma-thi-ơ 5:14, "Các ngươi là ánh sáng của thế gian," và trong câu 16, "Sự sáng các người hãy soi trước mặt người ta như vậy, đặng họ thấy những việc lành của các ngươi, và ngợi khen Cha các ngươi ở trên trời." Nếu chúng ta có thể sanh bông trái của sự Sáng xứng đáng với sự ăn năn bằng cách thật sự ở trong sự Sáng, bấy giờ tất cả sự nhân từ, công bình và lẽ thật sẽ tuôn tràn trong đời sống của chúng ta (Ê-phê-sô. 5:9).

Những người sanh bông trái xứng đáng với sự ăn năn

Khi ăn năn tội lỗi mình và sanh trái xứng đáng với sự ăn năn đó, bấy giờ Đức Chúa Trời thừa nhận điều này là đức tin và ban phước cho chúng ta qua việc nhậm lời những sự cầu nguyện của chúng ta. Đức Chúa Trời ban ơn thương xót khi chúng ta ăn năn từ sâu thẳm lòng mình.

Trong lúc hoạn nạn, Gióp đã biết sự xấu xa trong lòng và ăn năn trong tro bụi. Lúc bấy giờ, Đức Chúa Trời chữa lành tất cả những ung nhọt đau nhức trên thân thể người và ban phước cho ông bội phần về sự giàu có mà ông đã từng có trước đây. Ngài cũng ban phước cho ông về con cái thậm chí còn tốt đẹp hơn những đứa con của ông trước kia (Gióp chương 42). Giô-na ăn năn khi ở trong bụng cá lớn, Đức Chúa Trời đã cứu ông. Người dân ở Ni-ni-ve kiêng ăn và ăn năn sau khi nhận được lời cảnh báo về cơn thịnh nộ của Đức Chúa Trời vì tội lỗi của họ, Đức Chúa Trời đã tha cho họ (Giô-na chương 2-3). Ê-xê-chia, vị vua thứ 13 của vương quốc miền Nam Giu-đa, được Đức Chúa Trời phán bảo, "Ngươi sẽ thác, chẳng sống được đâu." Tuy nhiên, khi ông kêu cầu trong sự ăn năn, Đức Chúa Trời đã cho ông sống thêm 15 năm nữa (2 Các Vua chương 20).

Theo cách này, mặc dù ai đó làm điều ác, nếu người ấy ăn năn tự đáy lòng mình, và thực sự xoay khỏi tội lỗi, Đức Chúa Trời chấp nhận sự ăn năn đó. Đức Chúa Trời cứu dân Ngài, như có chép trong Thi-thiên 103:12, "Phương đông xa cách phương tây bao nhiêu,
Thì Ngài đã đem sự vi phạm chúng tôi khỏi xa chúng tôi bấy nhiêu."

Trong 2 Các Vua chương 4, chúng ta thấy một người nữ nổi bật xứ Su-nem, với lòng hiếu khách của mình bà đã phục vụ tiên tri Ê-li-sê một cách trung thành. Mặc dù không cầu xin, bà đã được ban cho một đứa con trai, điều mà bà mong muốn từ lâu. Bà không phục vụ để nhận lấy phước lành, nhưng bà phục vụ Ê-li-sê bởi tình yêu thương và chăm lo cho đầy tớ của Đức Chúa Trời. Đức Chúa Trời hài lòng về việc lành ấy và ban cho bà phước lành về sự mang thai.

Ngoài ra, trong Công vụ chương 9, chúng ta thấy Ta-bi-tha, một môn đồ làm nhiều việc lành và hay bố thí. Khi bà bị bệnh và chết, Đức Chúa Trời đã dùng Phi-e-rơ khiến bà sống lại. Đối với những người con yêu mến có bông trái tốt đẹp, Đức Chúa Trời luôn mong muốn đáp lời những lời cầu nguyện của họ, và ban cho họ ân sủng cùng phước lành từ nơi Ngài.

Vì vậy, chúng ta phải biết rõ ý muốn của Đức Chúa Trời, và sanh bông trái xứng hiệp với sự ăn năn. Chúng ta nên bắt chước tấm lòng của Chúa và thực hành sự công bình. Nhìn lại chính mình dựa trên Lời của Đức Chúa Trời, nếu có bất kỳ điều gì trong đời sống không phù hợp với Lời Ngài, hãy cầu nguyện hầu cho anh chị em sẽ trở lại cùng Ngài, nhờ đó sanh trái bởi Đức Thánh Linh, trái của sự Sáng, và trái của tình yêu thương, và anh chị em có thể nhận được mọi sự mình cầu xin.

Sự khác nhau giữa tội lỗi và tà ác

"Tội lỗi" là bất kỳ hành động nào không phù hợp với đức tin. Ấy là không làm điều đúng đắn trong khi biết đó là điều đúng đắn nên làm. Trong phạm vi rộng hơn, mọi thứ không liên quan đến đức tin đều là tội lỗi; do đó không tin vào Chúa Giê-su Christ là tội lỗi lớn nhất.

"Tà ác" là bất cứ điều gì không thể chấp nhận được khi được phản chiếu trên Lời của Đức Chúa Trời, đó là, mọi sự trái với lẽ thật. Đó là bản chất tội lỗi cư trú trong lòng. Theo đó, tội lỗi là một biểu hiện cụ thể, bên ngoài, hoặc hình thức nhìn thấy được của cái ác bên trong tấm lòng của một người. Tà ác là thứ vô hình trong bản tánh; do đó tội lỗi được hình thành từ sự tà ác bên trong của con người.

Sự nhân từ là gì?

Trong từ điển, lòng nhân từ là "trạng thái hay phẩm chất của việc lành, đạo đức xuất sắc, đức hạnh". Tuy nhiên, tùy thuộc vào lương tâm của mỗi người, tiêu chuẩn của lòng nhân từ có thể khác nhau. Vì vậy, tiêu chuẩn tuyệt đối cho lòng nhân từ phải được tìm thấy trong Lời của Đức Chúa Trời vì Ngài chính là sự nhân từ. Do đó, lòng nhân từ là chân thật, cụ thể là Lời của Đức Chúa Trời. Chính ý muốn và ý tưởng của Ngài.

Chương 5

"Hãy Gớm Sự Dữ; Giữ Lấy Sự Lành."

*"Lòng yêu thương phải
cho thành thật.
Hãy gớm sự dữ mà mến sự lành."*
(Rô-ma 12:9)

Trong thời đại ngày nay, chúng ta có thể thấy sự tà ác tồn tại trong mối quan hệ giữa cha mẹ và con cái của họ, giữa vợ với chồng, giữa anh chị em với nhau và giữa những người hàng xóm. Người ta kiện nhau về quyền thừa kế của mình, và trong một số trường hợp, mọi người phản bội lẫn nhau chỉ vì lợi ích riêng của họ. Điều này không chỉ khiến người khác khó chịu; mà còn đem lại đau khổ lớn cho bản thân họ. Đây là lý do tại sao Đức Chúa Trời phán: "Bất cứ việc gì tựa như điều ác, thì phải tránh đi" (1 Tê-sa-lô-ni-ca 5:22).

Thế gian gọi một người nào đó là 'người tốt' khi người ấy có đạo đức ngay thẳng và có lương tâm. Tuy nhiên, có nhiều trường hợp khi ngay cả đối với một người có đạo đức và lương tâm tốt cũng chẳng tốt thật sự vì lắm khi tỏ ra chống lại Lời Chúa. Hơn nữa, có những lúc họ thực sự mâu thuẫn với chính ý muốn của Đức Chúa Trời. Một sự thật mà chúng ta phải nhớ ở đây là Lời Đức Chúa Trời - và chỉ Lời Ngài mới là tiêu chuẩn tuyệt đối cho sự 'nhân từ'. Do đó, mọi thứ và bất cứ điều gì không hoàn toàn phù hợp với Lời Chúa đều là sự ác.

Vậy thì tội lỗi và sự ác khác nhau như thế nào? Hai điều này có vẻ giống nhau, nhưng chúng không hoàn toàn giống nhau. Chẳng hạn, chúng ta sử dụng một cái cây để làm minh họa, sự ác giống như những chiếc rễ nằm dưới mặt đất và không thể nhìn thấy, trong khi tội lỗi giống như những phần có thể nhìn thấy được của cây, đó là cành, lá và quả. Giống như một cái cây có thể sống nhờ bộ rễ nó, một người phạm tội vì sự ác bên trong anh ta. Sự ác là một trong những bản chất bên trong tấm lòng của một người, và nó chứa đựng tất cả những đặc điểm và tình trạng trái ngược với Đức Chúa Trời. Khi sự ác này mang lấy một hình thức thể hiện như suy nghĩ hoặc hành động thì nó được gọi là "tội lỗi".

Sự ác được tỏ ra thành tội lỗi như thế nào

Lu-ca 6:45 có chép, "Người lành bởi lòng chứa điều thiện mà phát ra điều thiện, kẻ dữ bởi lòng chứa điều ác mà phát ra điều ác; vì do sự đầy dẫy trong lòng mà miệng nói ra." Nếu 'thù ghét' nằm ở trong lòng, nó xuất hiện dưới hình thức 'nhận xét mỉa mai,' những lời cay nghiệt, hay những tội lỗi cụ thể khác giống như vậy. Để biết sự xấu xa bên trong tấm lòng bước ra trong hình dạng tội lỗi như thế nào, chúng ta hãy xem xét kỹ hơn về Đa-vít và Giu-đa Ích-ca-ri-ốt.

Một hôm nọ, khi vua Đa-vít đang dạo chơi trên sân thượng cung điện mình, ông nhìn thấy một người nữ đang tắm và bị cám dỗ. Ông đã cho mời cô đến rồi ngoại tình với người. Người nữ đó là Bát-sê-ba, tại thời điểm đó, chồng cô, U-ri, không có nhà vì người đã đi chinh chiến nơi xa. Khi Đa-vít biết được Bát-sê-ba đã mang thai, ông âm mưu giết U-ri tại chiến trường rồi lấy Bát-sê-ba làm vợ.

Tất nhiên, Đa-vít chỉ chọn U-ri làm người dẫn đầu cuộc chiến – ông không ra tay giết chết U-ri - vào thời điểm đó, với tư cách là vua, Đa-vít có mọi quyền và thẩm quyền để có bao nhiêu vợ tùy ý mình muốn. Tuy nhiên, trong lòng Đa-vít, ông có ý định rõ ràng về việc U-ri bị giết. Theo cách này, nếu chúng ta có sự ác trong một nơi nào đó của lòng mình, chúng ta có thể phạm tội bất cứ lúc nào.

Hậu quả của tội lỗi, đứa con trai mà Đa-vít có với Bát-sê-ba đã chết; và đứa con trai khác của ông, Áp-sa-lôm, cuối cùng đã phản bội ông và phạm tội phản quốc. Khiến Đa-vít phải chạy trốn, và Áp-sa-lôm đã thực hiện hành vi đáng ghê tởm, ăn nằm với vợ thiếp của cha mình trước mặt thiên hạ giữa ban ngày. Do sự kiện này, nhiều người trong vương quốc đã chết, bao gồm cả Áp-sa-lôm. Tội ngoại tình và giết người đã mang lại khốn khổ lớn cho Đa-vít và thần dân của ông.

Giu-đa Ích-ca-ri-ốt, một trong mười hai môn đệ của Chúa Giê-su, là một ví dụ điển hình của kẻ phản bội. Trong suốt 3 năm ở cùng Chúa Giê-su, ông đã nhìn thấy đủ các phép lạ chỉ có thể xảy ra bởi quyền năng của Đức Chúa Trời. Ông là người giữ túi tiền trong các môn đệ, song ông gặp khó khăn trong việc trừ bỏ lòng tham của mình, thỉnh thoảng, ông lấy tiền từ túi ấy để sử dụng theo nhu cầu riêng. Cuối cùng, lòng tham đã khiến ông phản bội thầy mình, và mặc cảm tội lỗi đã khiến ông treo cổ tự tử.

Vì vậy, nếu có sự ác trong lòng, chúng ta không bao giờ biết được dạng thức nào mà cái ác sẽ tỏ ra. Ngay cả khi đó là một sự ác ở chỉ nhỏ bé, nếu cứ lớn lên, Sa-tan có thể làm việc thông qua nó để đẩy chúng ta vào tội lỗi mà chính mình không thể tránh khỏi. Cuối cùng chúng ta có thể phản bội một người khác, hoặc thậm chí là Đức Chúa Trời. Loại tà ác này mang lại nỗi đau và khổ sở cho chúng ta cùng những người xung quanh. Đây là lý do tại sao chúng ta phải ghét những gì là xấu xa và loại bỏ ngay cả sự ác nhỏ bé nhất. Nếu ghét những gì là gian ác, tự nhiên chúng ta tránh xa khỏi điều ác đó, chúng ta không nghĩ đến, và không thực hiện điều ác đó. Chúng ta sẽ chỉ làm điều lành. Đây là lý do tại sao Đức Chúa Trời phán rằng hãy ghét sự ác.

Lý do tại sao bệnh tật, gian nan, thử thách và khổ nạn đến với chúng ta là vì chúng ta đã phạm phải những công việc xác thịt bằng cách cho phép sự ác ở trong lòng mình được thể hiện ra bên ngoài thành tội lỗi. Nếu chúng ta không kiểm soát lòng mình và thực hiện các công việc xác thịt, chúng ta không khác gì thú vật trước mặt Đức Chúa Trời. Nếu vậy, cơn giận của Đức Chúa Trời sẽ xảy đến để Ngài sửa trị chúng ta, hầu cho chúng ta có thể trở lại làm người, và không giống như thú vật.

Trừ bỏ điều ác để trở nên người lành

Những thử thách và hoạn nạn không đến chỉ vì những suy nghĩ không trung thực hoặc những điều xác thịt tồn tại trong lòng. Nhưng những ý nghĩ có thể phát triển thành những công việc của xác thịt (việc làm tội lỗi) bất cứ lúc nào, và do đó chúng ta phải loại bỏ những điều thuộc về xác thịt.

Trên hết mọi sự, nếu người ta không tin vào Đức Chúa Trời ngay cả sau khi nhìn thấy phép lạ do chính Ngài bày tỏ, thì đó là sự gian ác trong những gian ác. Trong Ma-thi-ơ 11:20-24, Chúa Giê-su đã tố cáo các thành nơi hầu hết các phép lạ của Ngài đã được thực hiện, vì họ không ăn năn. Đối với Cô-ra-xin và Bết-sai-đa, Chúa Giê-su phán, "Khốn nạn cho mầy", và Ngài đã cảnh báo, "Đến ngày phán xét, thành Ty-rơ và thành Si-đôn sẽ chịu đoán phạt nhẹ hơn bây." Còn đối với thành Ca-bê-na-um, Ngài phán rằng, "Đến ngày phán xét, xứ Sô-đôm sẽ chịu đoán phạt nhẹ hơn mấy."

Ty-rơ và thành Si-đôn để cập đến hai thành của dân ngoại. Bết-sa-đa và Cô-ra-xin là những thành phố của Y-sơ-ra-ên ở phía bắc Biển hồ Ga-li-lê. Bết-sa-đa cũng là quê hương của ba trong số các môn đệ: Phi-e-rơ, Anh-rê và Phi-líp. Đây là nơi Chúa Giê-su khiến một người mù được sáng mắt và là nơi Ngài thực hiện phép lạ lớn từ hai con cá và năm cái bánh để cho 5.000 người ăn. Vì họ đã chứng kiến những phép lạ đã cho họ quá đủ bằng chứng để tin vào Chúa Giê-su, lẽ ra họ nên tin theo Ngài, ăn năn và trừ bỏ sự gian ác khỏi lòng mình theo lời dạy của Ngài. Nhưng, họ đã không làm vậy. Đây là lý do họ bị trừng phạt.

Điều tương tự cũng xảy ra với chúng ta ngày hôm nay. Nếu một người chứng kiến các dấu kỳ phép lạ được thực hiện bởi người của Đức Chúa Trời mà người đó vẫn không tin vào Đức Chúa Trời, thay vào đó lại phán xét và lên án tình huống hoặc người của Đức Chúa Trời, thì người đó tỏ ra sự gian ác trong lòng mình. Vậy tại sao người ta không thể tin được? Ấy là vì họ phải vâng phục và loại bỏ những điều thuộc về xác thịt, nhưng họ không làm. Thay vào đó họ phạm đến những công việc xác thịt và phạm tội. Càng phạm tội, lòng họ càng trở nên chai lì và nhẫn tâm. Lương tâm của họ trở nên tê liệt và cuối cùng bị chai cứng như sắt nung.

Mặc dù Đức Chúa Trời bày tỏ nhiều phép lạ để họ nhìn thấy, những người như vậy không thể có được sự hiểu biết để mà tin. Vì không có sự hiểu biết, họ không thể ăn năn và vì họ không ăn năn, nên họ không thể tin nhận Chúa Giê-su Christ. Điều này giống như một người ăn cắp. Lúc đầu, người này sợ ăn cắp dù chỉ một vật nhỏ; Nhưng sau khi lặp đi lặp lại hành động đó một vài lần, anh ta thậm chí không cảm thấy giằn vặt lương tâm sau khi đánh cắp một món đồ lớn, vì lòng người đã trở nên chai lì theo thời gian.

Nếu yêu mến Đức Chúa Trời, chúng ta chỉ gớm ghét sự dữ và yêu mến những sự lành. Để làm được điều này, trước tiên chúng ta cần trừ bỏ tất cả các công việc của xác thịt và kế đến trừ bỏ tất cả những sự thuộc về xác thịt khỏi lòng mình.

Khi đang trong quá trình loại bỏ tội lỗi và điều ác, chúng ta có thể xây dựng mối quan hệ với Đức Chúa Trời và nhận lãnh tình yêu của Ngài (1 Giăng 1:7, 3:9). Khuôn mặt của chúng ta sẽ luôn phản ánh niềm vui và sự cảm tạ tràn đầy, chúng ta có thể được chữa lành khỏi mọi bệnh tật và nhận được giải pháp cho bất kỳ vấn đề nào chúng ta có thể gặp phải trong gia đình, công việc, kinh doanh, v.v.

Thế hệ thông dâm và gian ác đòi hỏi một dấu

Trong Ma-thi-ơ 12:38-39, chúng ta thấy một số thầy thông giáo và người Pha-ri-si yêu cầu Chúa Giê-su cho họ xem một dấu hiệu. Bấy giờ Chúa Giê-su phán cùng họ rằng một thế hệ xấu xa và ngoại tình khao khát được nhìn thấy một dấu hiệu. Ví dụ, có những người nói rằng, "Nếu anh chỉ cho tôi thấy Chúa, tôi sẽ tin," hoặc "Nếu anh khiến một người chết sống lại, tôi sẽ tin," họ không nói điều này với một tấm lòng trong sáng và thực sự tìm hiểu để tin. Họ nói điều này bởi sự nghi ngờ.

Vì vậy, đây là xu hướng không tin vào lẽ thật, hoặc có xu hướng tẩy chay hoặc nghi ngờ ai đó giỏi hơn mình, hoặc mong muốn từ chối bất cứ điều gì không hợp với suy nghĩ hoặc quan điểm của riêng họ, thảy đều xuất phát từ bản chất thông dâm thuộc linh. Trong sự chẳng tin của mình, những người nầy yêu cầu được nhìn thấy một dấu hiệu trong âm mưu và sự miễn cưỡng nhằm tìm kiếm thiếu sót nào đó nơi Chúa Giê-su, để bài trừ và buộc tội Ngài.

Khi con người càng tự cao, kiêu ngạo và ích kỷ, thế hệ đó càng trở nên thông dâm. Khi một nền văn minh trở nên tiên tiến hơn như ngày nay, nhiều người đòi hỏi phải nhìn thấy các dấu hiệu. Tuy nhiên, có rất nhiều người nhìn thấy các dấu hiệu mà vẫn không tin! Không có gì ngạc nhiên khi thế hệ này bị quở trách vì là một thế hệ xấu xa và thông dâm!

Nếu ghét sự ác, chúng ta sẽ không làm điều ác. Nếu phân dính vào thân thể chúng ta, chúng ta sẽ đi rửa. Tội lỗi và sự ác, làm hư nát linh hồn và dẫn nó đến con đường sự chết, thậm chí còn bẩn thỉu hơn, nặng mùi hơn và xấu hơn phân. Thậm chí chúng ta không thể so sánh sự bẩn thỉu của tội lỗi với phân.

Vậy chúng ta nên ghét những loại gian ác nào? Trong Ma-thi-ơ chương 23, Chúa Giê-su quở trách các thầy thông giáo và người Pha-ri-si mà rằng, "Khốn cho ngươi..." Ông dùng cụm từ "Khốn cho ngươi," ấy là lời tuyên bố rằng họ sẽ không được cứu. Và chúng ta sẽ phân chia lý do ấy thành bảy loại và nghiên cứu chúng chi tiết hơn.

Những hình thức tội lỗi chúng ta nên ghê tởm

1. Đóng cửa Thiên đàng hầu cho người khác không thể vào

Ma-thi-ơ 23:13, Chúa Giê-su phán rằng, "Khốn cho các ngươi, thầy thông giáo và người Pha-ri-si, là kẻ giả hình! Vì các ngươi đóng nước thiên đàng trước mặt người ta; các ngươi không vào đó bao giờ, mà có ai muốn vào, thì lại ngăn trở."

Các thầy thông giáo và người Pha-ri-si hiểu biết và ghi chép lời Đức Chúa Trời rồi hành động như thể họ đang tuân giữ lời Ngài. Nhưng lòng họ đã chai cứng, và họ đã làm công việc Chúa một cách hời hợt vì thế, họ bị quở trách. Mặc dù họ giữ tất cả các nghi lễ của sự thánh thiện, nhưng lòng họ chứa đầy sự vô luật pháp và xấu xa. Khi họ thấy Chúa Giê-su làm phép lạ mà đối với con người là không thể, thay vì nhận biết Ngài là ai và vui mừng, họ lại nghĩ ra trong trí mình đủ thứ âm mưu để chống lại Ngài.

Họ thậm chí còn dẫn đầu trong việc giết Ngài.

Điều này cũng đúng với những người đang sống trong thời đại ngày nay. Những người tuyên xưng tin vào Chúa Giê-su Christ mà chưa sống một cuộc sống gương mẫu thường rơi vào trường hợp này. Nếu chúng ta khiến ai đó phải nói rằng, "Tôi không muốn tin Chúa Giê-su vì những người như anh," thì mình chính là người đóng cửa nước thiên đàng khỏi mọi người. Chúng ta không chỉ không được vào Thiên đàng; mà còn ngăn trở người khác bước vào.

Những người tuyên bố tin vào Đức Chúa Trời, nhưng tiếp tục thỏa hiệp với thế gian cũng là những người mà Chúa Giê-su quở trách. Nếu theo trật tự của nhà thờ, một người có chức danh giáo hội ở vị trí giảng dạy thể hiện sự căm ghét đối với người khác, trở nên tức giận hoặc tỏ ra bất tuân, thì thế nào khi một người mới tin Chúa có thể nhìn vào người này và tin tưởng anh ta, huống chi là tôn trọng? Nhiều khả năng họ sẽ trở nên thất vọng và thậm chí có thể đánh mất đức tin của mình. Nếu, trong số những người ngoại đạo có những người mà vợ hoặc chồng của mình đang cố gắng để lớn lên trong đức tin, và họ bắt bớ những người ấy hoặc khiến những người đó làm việc ác và dự phần vào công việc tội lỗi, họ cũng sẽ nhận lấy sự quở trách, "Khốn cho các ngươi".

2. Khi một người cải đạo thì các ngươi làm cho họ trở nên người địa ngục gấp hai các ngươi

Trong Ma-thi-ơ 23:15, Chúa Giê-su phán, "Khốn cho các ngươi, thầy thông giáo và người Pha-ri-si, là kẻ giả hình! Vì các ngươi đi khắp dưới nước trên bộ để khuyên một người vào đạo mình; và khi đã khuyên được rồi, thì các ngươi làm cho họ trở nên người địa ngục gấp hai các ngươi."

Người xưa nói rằng, một người con dâu bị mẹ chồng gây khó khăn thì sau nầy sẽ càng gây khó khăn hơn cho con dâu mình. Những gì một người nhìn thấy và trải nghiệm trở nên ấn trí trong lòng, và trong tiềm thức, người đó thường làm theo những gì mình đã trải nghiệm. Đây là lý do tại sao những gì chúng ta học được và những gì từ người mà chúng học là rất quan trọng. Nếu học cách hành xử có tính Cơ đốc từ những người như các thầy thông giáo và người Pha-ri-si, thì giống như người mù dẫn người mù, chúng ta sẽ sa vào tay ác quỷ chung với họ.

Chẳng hạn, nếu một người lãnh đạo luôn phán xét và lên án người khác, buôn chuyện và nói chuyện tiêu cực, các tín đồ học hỏi từ anh ta cũng sẽ trở nên lây nhiễm trước những hành động của anh ta, và họ sẽ cùng nhau đi đến con đường chết. Trong xã hội, những đứa trẻ lớn lên trong những gia đình mà cha mẹ chúng luôn bất hòa và căm ghét nhau thường có nguy cơ bị lầm lạc hơn những đứa trẻ lớn lên trong những gia đình êm ấm.

Do đó, các bậc cha mẹ, thầy cô giáo và các lãnh đạo khác cần phải là những tấm gương sáng, trên hết những người khác. Nếu lời nói và hành động của những thành phần này không gương mẫu, họ thực sự có thể khiến người khác vấp phạm. Ngay cả trong nhà thờ, có những trường hợp mà một người hầu việc, một người lãnh đạo không phải là một hình mẫu tốt, đã trở nên vật cản đối với sự phục hưng hoặc tăng trưởng của nhóm nhỏ, bộ phận hoặc tổ chức của họ. Chúng ta phải nhận ra rằng nếu đây là những gì chúng ta đang làm, chúng ta không chỉ khiến bản thân mình mà còn khiến những người khác trở thành người Địa ngục.

3. Công bố ý chỉ của Đức Chúa Trời cách sai trật do lòng tham và ý nghĩ sai lầm

Trong Ma-thi-ơ 23:16-22, Chúa Giê-su phán, "Khốn cho các

ngươi, là kẻ mù dẫn đường, các ngươi nói rằng: Nếu người nào chỉ đến thờ mà thề, thì không can chi; song chỉ vàng của đến thờ mà thề, thì phải mắc lời thề ấy. Hỡi kẻ dại và mù, vàng, và đến thờ làm cho vàng nên thánh, cái nào trọng hơn? Lại các ngươi nói rằng: Nếu người nào chỉ bàn thờ mà thề, thì không can chi; song chỉ của lễ trên bàn thờ mà thề, thì phải mắc lời thề ấy. Hỡi kẻ mù kia, của lễ, và bàn thờ làm cho của lễ nên thánh, cái nào trọng hơn? Vậy thì người nào chỉ bàn thờ mà thề, là chỉ bàn thờ và cả của lễ trên bàn thờ mà thề; người nào chỉ đến thờ mà thề, là chỉ đến thờ và Đấng ngự nơi đến thờ mà thề; còn ai chỉ trời mà thề, là chỉ ngôi của Đức Chúa Trời và Đấng ngự trên ngôi mà thề vậy."

Sứ điệp này là một lời khiển trách chống lại những người dạy sai trật về ý chỉ của Đức Chúa Trời xuất phát từ sự tham lam, lừa dối và ích kỷ trong lòng. Nếu ai đó thề hoặc hứa nguyện với Đức Chúa Trời, những người dạy bảo nên khuyên họ giữ đúng lời hứa đó, nhưng các thầy thông giáo ấy dạy mọi người gạt điều đó sang một bên và chỉ giữ những lời hứa mà họ đưa ra liên quan đến tiền bạc, hoặc của cải vật chất. Nếu một mục sư bỏ bê việc dạy mọi người sống theo lẽ thật và chỉ nhấn mạnh vào các của dâng, thì ấy một kẻ dẫn dắt đui mù.

Trên hết mọi sự, một người đứng đầu phải dạy người dân ăn năn tội lỗi của họ, trau dồi sự công bình của Đức Chúa Trời để được vào vương quốc thiên đàng. Chỉ đến thờ, Chúa Giê-su Christ, bàn thờ, và ngai Thiên đàng mà thề, đều như nhau, do vậy người ta phải chắc chắn giữ lời thề đó.

4. Bỏ điều hệ trọng hơn trong Luật Pháp

Ma-thi-ơ 23:23-24, Chúa Giê-su phán, "Khốn cho các ngươi, thầy thông giáo và người Pha-ri-si, là kẻ giả hình! Vì các ngươi nộp một phần mười bạc hà, hồi hương, và rau cần, mà bỏ điều hệ trọng hơn hết trong luật pháp, là sự công bình, thương xót và trung tín; đó là những điều các ngươi phải làm, mà cũng không nên bỏ sót những điều kia. Hỡi kẻ mù dẫn đường, các ngươi lọc con ruồi nhỏ mà nuốt con lạc đà!"

Một người thực sự tin vào Chúa sẽ dâng đầy đủ phần mười. Nếu dâng đủ phần mười, chúng ta sẽ được phước; nhưng nếu chúng ta không làm như vậy, chúng ta là kẻ trộm cướp của Chúa (Ma-la-chi 3:8-10). Đúng vậy, các thầy thông giáo và người Pha-ri-si đã dâng phần mười của họ; nhưng Chúa Giê-su khinh thường họ vì họ bỏ bê sự công bình, lòng thương xót và trung tín. Vậy thì có nghĩa gì khi bỏ bê sự công bình, lòng thương xót và trung tín?

'Công bình' biểu thị cho việc trừ bỏ tội lỗi, sống theo Lời Chúa, và vâng lời Ngài bởi đức tin. "Vâng phục', theo tiêu chuẩn thế gian, là tuân theo và làm điều gì đó mà chúng ta có thể làm. Tuy nhiên, theo lẽ thật, trở thành một người 'vâng phục' ấy là có khả năng tuân theo và làm những việc dường như hoàn toàn không thể làm được.

Trong Kinh thánh, các tiên tri được Đức Chúa Trời thừa nhận đã làm theo lời Ngài bởi đức tin. Họ đã khiến Biển Đỏ phân đôi, tường thành Giê-ri-cô sụp đổ và sông Giô-đanh ngừng chảy. Nếu họ đưa suy nghĩ của con người vào tình huống đó, những điều này không bao giờ có thể xảy ra. Nhưng bởi đức tin, họ đã vâng lời Chúa và làm chúng trở nên có thể.

'Phận sự', là làm trọn bổn phận của chúng ta với tư cách là một con người trong mọi phương diện của cuộc sống. Có những đạo đức và luân lý cơ bản trong đời này mà mọi người có thể tuân theo để mình xứng đáng là một con người. Tuy nhiên, những tiêu chuẩn này là không trọn vẹn. Ngay cả khi một người có vẻ văn hóa và tinh tế ở bên ngoài, nếu anh ta có sự ác trong lòng, chúng ta không thể nói anh ta thực sự tinh tế. Để thực sự sống một cuộc đời xứng đáng, chúng ta cần phải làm trọn bốn phận của con người, đó là làm theo các điều răn của Đức Chúa Trời (Truyền đạo 12:13).

Ngoài ra, 'trung tín' là dự phần vào thần tính của Đức Chúa Trời bởi đức tin (2 Phi-e-rơ 1:4). Mục đích của Đức Chúa Trời trong việc tạo dựng nên trời và đất, muôn vật cùng loài người, để có được những con cái thật phản ánh tấm lòng của Ngài. Chúa phán bảo chúng ta phải chân thật, vì Ngài là thật, và phải trọn vẹn, vì Ngài là trọn vẹn. Chúng ta không nên làm ra vẻ thánh thiện bề ngoài. Chỉ bằng cách loại bỏ tà ác khỏi lòng mình và vâng giữ hết các điều răn của Ngài, chúng ta mới có thể thực sự dự phần vào thần tánh của Đức Chúa Trời.

Tuy nhiên, các thầy thông giáo và người Pha-ri-si thời Chúa Giê-su đã bỏ sự công bình, lòng thương xót và trung tín, và chỉ tập chú vào các của dâng và sinh tế. Điều đẹp lòng Đức Chúa Trời là tấm lòng ăn năn chứ không phải sinh tế dâng lên với tấm lòng giả dối (Thi thiên 51:16-17). Tuy nhiên, điều mà họ dạy người ta là điều không theo ý muốn của Đức Chúa Trời. Một người ở vị trí giảng dạy, trước tiên nên chỉ ra những tội lỗi của dân sự, giúp họ sinh bông trái xứng với sự ăn năn và dẫn dắt họ trở lại làm hòa với Đức Chúa Trời. Sau đó, họ nên dạy về việc dâng phần mười, các nghi thức thờ phượng, cầu nguyện, v.v., cho đến khi họ đạt được sự cứu rỗi hoàn toàn.

5. Giữ bề ngoài sạch sẽ nhưng bên trong thì đầy dẫy sự ăn cướp cùng sự quá độ

Trong Ma-thi-ơ 23:25-26, Chúa Giê-su phán, "Khốn cho các ngươi, thầy thông giáo và người Pha-ri-si, là kẻ giả hình! Vì các ngươi rửa bề ngoài chén và mâm, nhưng ở trong thì đầy dẫy sự ăn cướp cùng sự quá độ. Hỡi người Pha-ri-si mù kia, trước hết phải lau bề trong chén và mâm, hầu cho bề ngoài cũng được sạch sẽ."

Khi nhìn vào một chiếc ly trong suốt làm bằng pha lê, trông rất sạch và đẹp. Tuy nhiên, tùy vào những gì chúng ta đặt vào bên trong chiếc ly ấy, nó có thể tỏa sáng đẹp hơn, hoặc nó có thể trở nên xấu xí. Nếu chứa đầy nước bẩn, nó chỉ có thể trở thành một chiếc ly bẩn thỉu. Đồng thể ấy, ngay cả khi ai đó bề ngoài có vẻ là người của Đức Chúa Trời, còn trong lòng chứa đầy tà ác, Đức Chúa Trời, Đấng nhìn thấy tấm lòng, sẽ nhìn thấy tất cả sự bẩn thỉu bên trong, và xem người ấy là ô uế.

Trong các mối quan hệ của mọi người cũng vậy, cho dù bên ngoài có sạch sẽ, ăn mặc bảnh bao và tri thức như thế nào, nếu chúng ta nhận biết rằng họ đầy thù hận, đố kị, ghen tị và đủ thứ xấu xa gian ác, chúng ta cảm nhận ngay về sự bẩn thỉu và xấu xa của họ. Vậy thì, Đức Chúa Trời, Đấng công bình và chân thật sẽ cảm thấy thế nào, khi Ngài nhìn thấy những người như vậy? Vì thế, chúng ta phải suy nghĩ về Lời của Đức Chúa Trời và ăn năn mọi sự đồi bại và tham lam, cố gắng để đạt được một tấm lòng trong sạch. Nếu chúng ta làm theo Lời Chúa và tiếp tục trừ bỏ tội lỗi, lòng chúng ta sẽ trở nên trong sạch, nhờ đó bề ngoài của chúng ta sẽ tự nhiên trở nên sạch sẽ và thánh thiện.

6. Giống như mồ mả tô trắng bề ngoài

Ma-thi-ơ 23:27-28, Chúa Giê-su phán, "Khốn cho các ngươi, thầy thông giáo và người Pha-ri-si, là kẻ giả hình! Vì các ngươi giống như mồ mả tô trắng bề ngoài cho đẹp, mà bề trong thì đầy xương người chết và mọi thứ dơ dáy. Các ngươi cũng vậy, bề ngoài ra dáng công bình, nhưng ở trong thì chan chứa sự giả hình và tội lỗi."

Cho dù người ta có bỏ ra bao nhiêu tiền để cố gắng làm đẹp cho một ngôi mộ, cuối cùng, bên trong nó là gì? Một xác chết mục nát chẳng bao lâu sẽ thành một nắm bụi đất! Do đó, một ngôi mộ quét vôi trắng tượng trưng cho những kẻ đạo đức giả chỉ được chăm sóc chu đáo ở bên ngoài. Họ có vẻ nhân từ, hiền lành ở bên ngoài, khuyên bảo và trách mắng người khác, trong khi bên trong họ thực sự đầy thù hận, đố kị, ghen tuông, ngoại tình, v.v.

Nếu chúng ta xưng nhận đức tin vào Đức Chúa Trời mà vẫn còn giữ thù hận trong lòng để rồi chúng ta lên án người khác, bấy giờ chúng ta đang nhìn thấy hạt bụi trong mắt người khác và không nhìn thấy cộng rác trong mắt mình. Đây là những gì được xem là đạo đức giả. Điều này cũng có thể được áp dụng cho những người không tin. Với một tấmm lòng có xu hướng phản bội chồng hoặc vợ mình, bỏ bê con cái, hoặc không tôn trọng cha mẹ của người phối ngẫu, trong khi chế giễu lẽ thật và chỉ trích người khác cũng là một hành động đạo đức giả.

7. Tự xem mình là công bình

Trong Ma-thi-ơ 23:29-33, Chúa Giê-su phán, "Khốn cho các ngươi, thầy thông giáo và người Pha-ri-si, là kẻ giả hình! Vì các ngươi xây đắp mồ mả của đấng tiên tri, trau giồi mồ mả của người công bình, và nói rằng: Nếu chúng ta ở cùng một thời với tổ phụ, thì không hùa theo người mà làm đổ máu các đấng tiên tri vậy. Ấy đó, các ngươi tự làm chứng cho mình rằng thật là con cháu những người giết các đấng tiên tri. Vậy thì hãy làm cho đầy dẫy cái lường của tổ phụ các ngươi! Hỡi loài rắn, dòng dõi rắn lục kia, thế nào mà tránh khỏi sự đoán phạt nơi địa ngục được?"

Các thầy thông giáo đạo đức giả và người Pha-ri-si đã xây dựng lăng tẩm của các tiên tri và trang trí các di tích của người công bình mà rằng: "Nếu chúng ta ở cùng một thời với tổ phụ, thì không hùa theo người mà làm đổ máu các đấng tiên tri vậy." Tuy nhiên, lời thú nhận này là không đúng sự thật. Không chỉ các thầy thông giáo và người Pha-ri-si không nhận biết Chúa Giê-su, Đấng đã đến là Đấng Cứu Thế, mà họ đã chối bỏ Ngài, và cuối cùng đóng đinh Ngài vào thập tự giá để giết Ngài. Làm sao họ có thể tự cho là công bình hơn tổ tiên mình?

Chúa Giê-su đã khinh miệt những kẻ cầm đầu đạo đức giả này mà rằng, "Hãy làm cho đầy dẫy cái lường của tổ phụ các ngươi". Khi một người phạm tội, thậm chí nếu người ấy chỉ có một chút lương tâm, thì sẽ cảm thấy tội lỗi mà không phạm tội nữa. Nhưng cũng có những người không muốn quay lưng lại với những hành động gian ác của mình cho đến tận cùng cay đắng. Đây là những gì Chúa Giê-su muốn nói khi Ngài nói về việc "làm cho đầy dẫy". Họ trở thành con cái của ma quỷ, là dòng dõi của loài rắn lục và hành động thậm chí còn gian ác hơn.

Tương tự như vậy, nếu một người nghe lẽ thật và cảm thấy giãn vặt lương tâm, nhưng vẫn tự xem mình là người chính trực và không chịu ăn năn, thì anh ta không khác gì những người làm cho đầy dẫy cái lường mà tổ phụ họ đã phạm. Chúa Giê-su nói nếu những người này không ăn năn và sanh bông trái xứng đáng với sự ăn năn, thì họ không thể thoát khỏi án phạt nơi Địa ngục.

Do đó, chúng ta phải suy ngẫm về sự trừng phạt mà Chúa Giê-su đã trao cho các thầy thông giáo và người Pha-ri-si để biết liệu có bất cứ điều gì liên quan đến chúng ta hay không, và nhanh chóng trừ bỏ những điều đó. Hy vọng rằng quý anh chị em, cùng bạn đọc, sẽ là người công bình, ghét sự ác và mến điều lành, bằng cách đó dâng hết vinh hiển lên Đức Chúa Trời và vui hưởng một đời sống phước hạnh - như lòng mình ước ao!

Sự 'giáo hóa nhân loại' là gì?

'Trồng trọt' là một quá trình người nông dân gieo hạt giống, chăm sóc nó và sinh bông trái nhờ đó. Để có được những đứa con thật, Đức Chúa Trời đã đã đặt để A-đam và Ê-va trong thế gian này như những trái đầu mùa. Sau sự sa ngã của A-đam, loài người trở thành tội nhân, và sau khi tiếp nhận Chúa Giê-su Christ và với sự giúp đỡ của Đức Thánh Linh, họ đã có thể phục hồi hình ảnh thật của Đức Chúa Trời đã từng ở trong họ. Vì vậy, toàn bộ quá trình Đức Chúa Trời tạo dựng nên con người và giám sát toàn bộ lịch sử nhân loại cho đến phán xét cuối cùng được gọi là 'giáo hóa nhân loại'.

Sự khác nhau giữa 'thân thể', 'xác thịt', và 'những sự thuộc về xác thịt'

Thông thường, khi chúng ta nói đến cơ thể con người, chúng ta sử dụng các thuật ngữ như 'thân thể và 'xác thịt' có thể thay thế cho nhau. Tuy nhiên, trong Kinh thánh, mỗi từ này có một ý nghĩa thuộc linh cụ thể. Có những lúc, 'xác thịt' được sử dụng đơn giản để biểu thị cơ thể con người, nhưng về mặt thuộc linh, nó đề cập đến những thứ hư nát, thay đổi, bất thiện và bẩn thỉu.

Con người đầu tiên, A-đam, là một loài có sinh linh và trong người không có tội lỗi gì. Tuy nhiên, sau khi bị Sa-tan cám dỗ ăn trái về sự hiểu biết thiện và ác, người đã phải trải qua sự chết, vì tiền công của tội lỗi là sự chết (Sáng thế ký 2:17; Rô-ma 6:23). Đức Chúa Trời đặt để tri thức về sự sống, lẽ thật, bên trong con người lúc sáng tạo. Hình thể hoặc hình dạng của con người không có sự thật này, bị rò rỉ ra sau khi A-đam phạm tội, được gọi là 'thân thể'. Và bản chất tội lỗi kết hợp trong thân thể này được gọi là 'xác thịt'. Xác thịt này không có hình dạng hữu hình, nhưng đó là một bản chất tội lỗi có thể bị kích động bất cứ lúc nào.

Mảnh đất của lòng người

Kinh thánh phân loại tấm lòng con người thành các loại đất khác nhau: ven đường, đất đá, đất gai và đất tốt (Mác chương 4).

Đất ven đường biểu thị một tấmm lòng cứng rắn và chai đá. Ngay cả khi một hạt giống của Lời Đức Chúa Trời được gieo vào loại đất này, hạt giống không thể nảy mầm nên cũng không thể sinh bông trái; do đó người ấy không thể nhận được sự cứu rỗi.

Đất đá biểu thị một người hiểu được Lời Chúa bằng lí trí mình, nhưng anh ta không thể tin trong lòng. Trong khi lắng nghe Lời Chúa, anh ta có thể hứa nguyện áp dụng những gì anh ta đã học, nhưng khi khó khăn đến, anh ta không thể giữ vững niềm tin.

Đất gai góc nói đến tấm lòng của một người biết lắng nghe, thấu hiểu và áp dụng Lời Chúa vào đời sống mình, nhưng anh ta không thể vượt qua những cám dỗ đời này. Anh ta bị lôi kéo bởi những lo lắng, lòng tham và những ham muốn xác thịt, vì vậy những thử thách và đau khổ cứ theo sau, để rồi anh ta không thể trưởng thành thuộc linh.

Đất tốt biểu thị tấm lòng của một người, trong đó, khi hạt giống Lời Đức Chúa Trời được gieo vào đó, Lời ấy liền sanh bông trái 30, 60, 100 lần, và sự đáp lời phước hạnh của Chúa luôn cặp theo.

Vai trò của Sa-tan và ma quỷ

Sa-tan là một thực hữu quyền lực tối tăm xui khiến con người làm ác. Nó không có hình hài cụ thể. Nó liên tục lan truyền ý muốn và những tư tưởng đen tối của mình và quyền lực của nó để làm điều ác vào trong không gian như sóng radio. Và khi sự không trung thực bên trong tấm lòng của một con người bắt được tần số của nó, nó sử dụng suy nghĩ của con người để trút quyền lực đen tối của mình vào anh ta. Đây là những gì chúng ta gọi là nhận lấy công việc của Sa-tan, hay "lắng nghe tiếng của Sa-tan".

Ma quỷ là một phần của các thiên sứ sa ngã cùng với Lu-ci-phe. Chúng mặc trang phục màu đen, và nó có các đặc điểm trên khuôn mặt và bàn tay và bàn chân giống như một người hoặc một thiên thần. Chúng nhận lệnh từ Sa-tan vâng giữ và ra lệnh cho nhiều yêu ma mang bệnh tật đến với con người, khiến họ sa vào tội lỗi và gian ác.

Đặc tánh của bình chứa và đặc tánh của tấm lòng

Con người được đề cập đến như những 'chiếc bình chứa'. Đặc tánh của chiếc bình chứa ấy tùy thuộc vào việc người đó lắng nghe Lời Chúa và ghi khắc nó vào lòng mình như thế nào, và thế nào họ thực hiện lời đó qua việc làm bởi đức tin. Các đặc tánh của bình chứa có liên quan đến chất liệu làm nên nó. Nếu một người có đặc tánh tốt về bình chứa, anh ta có thể được nên thánh rất nhanh, và người ấy có thể bày tỏ quyền năng thuộc linh trong phạm vi rộng hơn. Để nuôi dưỡng một đặc tính tốt của bình chứa, người ta nên lắng nghe Lời Chúa cách đúng đắn và ghi khắc vào tận bên trong lòng mình. Một người siêng năng thực hiện những gì anh ta học đến mức độ nào điều đó xác định đặc tánh bình chứa của họ.

Đặc tánh tấm lòng phụ thuộc vào mức độ sử dụng rộng rãi của tấm lòng và kích thước của bình chứa. Có những trường hợp: 1) vượt quá sức chứa của một người, 2) chỉ lấp đầy sức chứa của một người, 3) miễn cưỡng lấp đầy sức chứa tối thiểu, và 4) trường hợp tốt hơn là không nên bắt đầu công việc của mình ngay từ đầu bởi vì tất cả những điều xấu xa mà người ấy đã phạm. Nếu tính cách của một tấm lòng là nhỏ và thiếu, anh ta hoặc cô ta cần phải trau dồi để biến nó thành một tấm lòng rộng mở và lớn hơn.

Sự công bình trong mắt Chúa

Cấp độ công bình đầu tiên là trừ bỏ tội lỗi. Ở cấp độ này, con người được xưng công bình qua việc tiếp nhận Chúa Giê-su Christ và nhận lãnh Đức Thánh Linh. Kế đến, anh ta nhận ra tội lỗi mình và siêng năng cầu nguyện để loại bỏ những tội lỗi đó. Chúa hài lòng với hành động này, Ngài nhậm lời cầu nguyện của người đó và ban phước cho họ.

Cấp độ công bình thứ hai là làm theo Lời Chúa. Sau khi trừ bỏ tội lỗi, người ta có thể được đổ đầy Lời Chúa vào lòng mình và có thể làm theo. Ví dụ, nếu người ấy nghe một sứ điệp về việc không thù ghét bất kỳ ai, anh ta trừ bỏ sự thù ghét và cố gắng yêu thương mọi người. Theo cách này, người đó làm theo Lời Chúa. Lúc bấy giờ, người ấy luôn được phước về sức khỏe, và mọi lời cầu nguyện dâng lên đều được Chúa đáp lời.

Cấp độ công bình thứ ba là đẹp lòng Đức Chúa Trời. Ở cấp độ này, không chỉ người ta trừ bỏ được tội lỗi, mà còn luôn làm theo ý muốn của Chúa. Và dâng cả cuộc đời để làm trọn sự kêu gọi dành cho mình. Nếu một người đạt đến cấp độ này, Đức Chúa Trời đáp lời ngay cả những mong muốn nhỏ nhất mà người đó chỉ nghĩ trong lòng.

Về Sự Công Bình

"...về sự công bình, vì ta đi đến cùng Cha, và các ngươi chẳng thấy ta nữa;"

(Giăng 16:10)

"Áp-ram tin Đức Giê-hô-va, thì Ngài kể sự đó là công bình cho người." (Sáng thế ký 15:6)

"Vì ta phán cho các ngươi rằng, nếu sự công bình của các ngươi chẳng trổi hơn sự công bình của các thầy thông giáo và người dòng Pha-ri-si, thì các ngươi chắc không vào nước thiên đàng." (Ma-thi-ơ 5:20)

"Nhưng hiện bây giờ, sự công bình của Đức Chúa Trời, mà luật pháp và các đấng tiên tri đều làm chứng cho, đã bày tỏ ra ngoài luật pháp: tức là sự công bình của Đức Chúa Trời, bởi sự tin đến Đức Chúa Giê-su Christ, cho mọi người nào tin. Chẳng có phân biệt chi hết;" (Rô-ma 3:21-22)

"...được đầy trái công bình đến bởi Đức Chúa Giê-su Christ, làm cho sáng danh và khen ngợi Đức Chúa Trời." (Phi-líp 1:11)

"...Hiện nay mão triều thiên của sự công bình đã để dành cho ta; Chúa là quan án công bình, sẽ ban mão ấy cho ta trong ngày đó, không những cho ta mà thôi, nhưng cũng cho mọi kẻ yêu mến sự hiện đến của Ngài." (2 Ti-mô-thê 4:8)

"...Vậy được ứng nghiệm lời Kinh thánh rằng: Áp-ra-ham tin Đức Chúa Trời, và điều đó kể là công bình cho người và người được gọi là bạn Đức Chúa Trời." (Gia-cơ 2:23)

"Bởi đó, người ta nhận biết con cái Đức Chúa Trời và con cái ma qui: ai chẳng làm điều công bình là không thuộc về Đức Chúa Trời, kẻ chẳng yêu anh em mình cũng vậy." (1 Giăng 3:10)

Chương 6

Sự Công Bình Dẫn đến Sự Sống

"Vậy, như bởi chỉ một tội mà sự đoán phạt rải khắp hết thảy mọi người thể nào, thì bởi chỉ một việc công bình mà sự xưng công bình, là sự ban sự sống, cũng rải khắp cho mọi người thể ấy."
(Rô-ma 5:18)

Tôi đã gặp Đức Chúa Trời hằng sống sau bảy năm nằm liệt giường vì bệnh tật. Tôi không chỉ nhận được sự chữa lành hoàn toàn bởi lửa Thánh Linh, mà sau khi ăn năn tội lỗi mình, tôi còn nhận được sự sống đời đời cho phép tôi được sống nơi Thiên đàng đời đời. Tôi vô cùng biết ơn về ân sủng của Chúa, lần hồi tôi bắt đầu đi nhà thờ, tôi đã bỏ được rượu và cũng không dùng đồ uống có cồn, và phục vụ người khác.

Có một lần, một trong những người thân của tôi chế giễu các nhà thờ. Không thể kiềm chế bản thân, tôi giận dữ nói, "Cớ sao anh nói xấu về Chúa, nói xấu về nhà thờ và mục sư?" Là một Cơ Đốc nhân non trẻ, tôi nghĩ hành động của mình là hợp lý. Chỉ sau đó tôi mới nhận ra rằng hành động của mình là không đúng.

Sự công bình theo tôi hiểu là sự dạy bảo thay vì sự công bình trong mắt Đức Chúa Trời. Điều đó đã dẫn đến cãi lộn.

Trong tình huống này, sự công bình trong mắt Đức Chúa Trời là gì? Đó là cố gắng hiểu người khác bởi tình yêu. Nếu chỉ xem xét thực tế rằng họ đang hành động theo cách họ làm bởi vì họ không biết Chúa và Đức Chúa Trời, thì chúng ta chẳng nên khó chịu với họ. Sự công bình đích thực là cầu nguyện cho họ bằng tình yêu và tìm cách truyền bá phúc âm cho họ cách khôn ngoan để khiến họ trở nên con cái của Đức Chúa Trời.

Sự Công Bình trong mắt Đức Chúa Trời

Xuất Ê-díp-tô ký 15:26 chép rằng, "Nếu ngươi chăm chỉ nghe lời Giê-hô-va Đức Chúa Trời ngươi, làm sự ngay thẳng trước mặt Ngài..." Câu này cho chúng ta biết thực tế rằng sự công bình theo cái nhìn của con người và sự công bình theo Đức Chúa Trời khác nhau rất rõ ràng.

Trong thế giới chúng ta, trả thù thường được coi là hành động chính đáng. Tuy nhiên, Đức Chúa Trời phán cùng chúng ta rằng yêu thương tất cả mọi người và yêu thương ngay cả kẻ thù của mình, là sự công bình. Ngoài ra, người đời xem việc tranh chiến để hoàn thành những gì họ nghĩ là đúng đắn là việc làm chính đáng, ngay cả khi phải trả giá bằng việc phá đổ hòa hiếu với người khác. Nhưng Đức Chúa Trời không xem một người là công bình khi người đó gây bất hòa với người khác chỉ vì những gì anh ta cho là đúng theo quan điểm của mình.

Ngoài ra, ở đời này, cho dù chúng ta có chứa bao nhiêu tội ác trong lòng như hận thù, bất đồng, đố kị, ghen tị, giận dữ và ích kỷ, miễn sao chúng ta không vi phạm luật pháp của đất nước và không phạm tội bằng hành động, không ai gọi chúng ta là bất chính. Tuy nhiên, ngay cả khi không phạm tội bởi việc làm, nhưng nếu chúng ta có chứa tội ác trong lòng, Đức Chúa Trời xem chúng ta là một người bất chính. Quan niệm của con người về về sự công bình và bất chính cũng khác nhau giữa những người nầy với người khác, giữa nơi nầy với nơi khác. Do đó, để chúng ta thiết lập một tiêu chuẩn thực sự cho sự công bình và bất chính, chúng ta phải thiết lập tiêu chuẩn dựa theo Lời Đức Chúa Trời. Những gì Đức Chúa Trời gọi là công bình thì thật sự công bình.

Vậy, Chúa Giê-su đã làm gì? Rô-ma 5:18 chép rằng, "Vậy, như bởi chỉ một tội mà sự đoán phạt rải khắp hết thảy mọi người thể nào, thì bởi chỉ một việc công bình mà sự xưng công bình, là sự ban sự sống, cũng rải khắp cho mọi người thể ấy." Ở đây, "một tội" đó là tội của A-đam, tổ phụ của cả nhân loại, và "một việc công bình" là sự vâng phục của Chúa Giê-su, Con của Đức Chúa Trời. Ngài đã hoàn thành việc làm công bình dẫn dắt nhiều người đến với sự sống. Chúng ta hãy nghiên cứu chi tiết hơn về sự công bình dẫn mọi người đến với sự sống này.

Một việc công bình cứu chuộc toàn nhân loại

Trong Sáng thế ký 2:7, chúng ta được biết rằng Đức Chúa Trời đã tạo dựng nên con người đầu tiên, A-đam, theo hình ảnh của Ngài. Bấy giờ, Ngài hà hơi vào lỗ mũi và khiến người trở thành một loài sinh linh. Giống như một đứa trẻ mới chào đời, không có gì in dấu trong người. Ông như một tờ giấy trắng hoàn toàn mới. Ngay khi một đứa bé lớn lên, bắt đầu gom nhặt và sử dụng kiến thức thông qua những gì nó thấy và nghe, ông đã được Chúa dạy về sự hài hòa của toàn vũ trụ, quy luật của cõi tâm linh và những lời chân lý.

Đức Chúa Trời đã dạy cho A-đam mọi thứ cần biết để người làm chủ mọi tạo vật. Bấy giờ Chúa chỉ cấm một điều. A-đam có thể tự do ăn bất kỳ cây nào trong Vườn Ê-đen ngoại trừ cây biết thiện và ác. Chúa đã cảnh báo người rằng hễ ngày nào ăn trái cây đó chắc chắn họ sẽ chết (Sáng thế 2:16-17).

Tuy nhiên, sau một thời gian dài trôi qua, họ đã không để ý

đến những lời này và đã sa vào chước cám dỗ của con rắn và ăn trái cấm. Khiến cho mối tương giao giữa họ với Đức Chúa Trời bị cắt đứt và như Ngài đã phán, "Ngươi chắc sẽ chết," tâm linh của A-đam, vốn là một sinh linh, đã chết. Vì người đã không làm theo Lời Chúa, mà nghe theo lời kẻ thù, người đã trở thành con cái của ma quỷ.

1 Giăng 3:8 chép rằng, "Kẻ nào phạm tội là thuộc về ma quỉ; vì ma quỉ phạm tội từ lúc ban đầu." Còn Giăng 8:44, "Các ngươi bởi cha mình, là ma quỉ, mà sanh ra; và các ngươi muốn làm nên sự ưa muốn của cha mình. Vừa lúc ban đầu nó đã là kẻ giết người, chẳng bền giữ được lẽ thật, vì không có lẽ thật trong nó đâu. Khi nó nói dối, thì nói theo tánh riêng mình, vì nó vốn là kẻ nói dối và là cha sự nói dối."

A-đam là người không vâng lời và phạm tội, thì tại sao con cháu của người cũng là tội nhân? Một đứa trẻ ắt hẳn phải giống cha mẹ mình, đặc biệt là về ngoại hình của chúng. Nhưng tính cách của nó và thậm chí cả cách bước đi chắc chắn cũng sẽ giống với bố mẹ nó. Điều này là do một đứa trẻ được thừa hưởng những gì được gọi là 'chi' hay 'tâm linh' của cha mẹ, hay là linh hồn của sự sống, và cũng giống như sức sống được truyền lại cho đứa trẻ, bản chất tội lỗi của cha mẹ cũng được truyền lại (Thi thiên 51:5). Một đứa trẻ sơ sinh không được ai dạy khóc và quấy phá, nhưng nó tự mình làm điều đó. Điều này là do bản chất tội lỗi chứa trong sinh lực được truyền lại từ thế hệ này qua thế hệ khác từ A-đam.

Ngoài những tội lỗi ban đầu mà con người thừa kế, họ còn tiếp tục tự mình phạm tội, và vì thế lòng họ ngày càng trở nên ô uế bởi tội lỗi. Kế đến, họ tiếp tục truyền lại điều này cho con cái mình. Theo thời gian, con người trở nên chìm ngập trong tội lỗi. Vậy làm thế nào để con người, những kẻ đã trở nên con cái của ma quỷ, có thể phục hồi mối quan hệ với Đức Chúa Trời?

Chúa biết ngay từ đầu con người sẽ phạm tội. Do đó, Ngài đã chuẩn bị chương trình cứu rỗi và giấu kín sự đó. Chương trình cứu rỗi dành cho loài người thông qua Chúa Giê-su Christ là một sự kín giấu từ ban đầu. Vì vậy, Chúa Giê-su Christ, người không tì vết và không chỗ chê trách, đã gánh lấy sự rủa sả và chịu đóng đinh trên thập tự giá để mở đường cứu rỗi cho nhân loại là những kẻ đã định cho sự chết. Nhờ hành động công bình của Chúa Giê-su Christ, nhiều người đã từng là tội nhân đã được giải thoát khỏi sự chết và có được sự sống.

Khởi đầu sự công bình ấy là tin Đức Chúa Trời

"Công bình" là điều phù hợp với đức hạnh hoặc đạo đức. Tuy nhiên, sự công bình theo tiêu chuẩn của Đức Chúa Trời là vâng lời bởi đức tin vì sự tôn kính đối với Ngài, loại bỏ tội lỗi và tuân giữ các điều răn của Ngài (Truyền đạo 12:13). Nhưng trên hết, Kinh Thánh gọi hành động không tin Đức Chúa Trời, là tội lỗi (Giăng 16:9). Do đó, hành động đơn giản là tin vào Đức Chúa Trời là một hành động công bình, và đó là điều kiện đầu tiên người ta phải có để trở thành một người công bình.

Làm sao chúng ta có thể gọi một người là công bình hay ngay thẳng nếu người đó bỏ bê và phản bội cha mẹ đã sinh ra mình? Mọi người sẽ chỉ trích anh ta và gọi anh ta là kẻ có tội không để tâm đến bổn phận con người. Tương tự như vậy, nếu một người không tin vào Đức Chúa Trời Đấng tạo dựng nên mình, nếu không gọi Ngài là Cha, và hơn thế, nếu hầu việc kẻ thù ma quỷ là kẻ mà Chúa gớm ghiếc nhất, bấy giờ điều này sẽ trở thành tội trọng.

Do đó, để trở thành một người công bình, trước hết, chúng ta phải tin Đức Chúa Trời. Giống như Chúa Giê-su hoàn toàn tin cậy Đức Chúa Trời và vâng giữ hết mọi lời của Ngài, chúng ta cũng phải có niềm tin nơi Ngài và vâng giữ lời Ngài. Có niềm tin nơi Đức Chúa Trời có nghĩa là tin vào thực tế rằng Đức Chúa

Trời là Chúa của mọi tạo vật đã dựng nên toàn vũ trụ cùng muôn loài vạn vật trong đó có chúng ta, Ngài là Đấng duy nhất tể trị sự sống và sự chết của loài người. Người ta cũng tin vào thực tế rằng Đức Chúa Trời là Đấng tự hữu, Ngài là đầu tiên và cuối cùng, khởi đầu và kết thúc. Ấy là tin rằng Ngài là thẩm phán cuối cùng Đấng đã sắm sẵn Thiên đàng và Địa ngục, và là Đấng sẽ phán xét mỗi người bằng sự công bình. Đức Chúa Trời đã sai Con một của Ngài, Chúa Giê-su Christ đến thế gian này để mở đường cứu rỗi cho chúng ta. Do đó, tin Chúa Giê-su Christ để được cứu rỗi, về bản chất, là tin Đức Chúa Trời.

Vì vậy, đó là điều mà Đức Chúa Trời yêu cầu tất cả con cái của Ngài là những người bước qua cánh cửa cứu rỗi. Trong thế giới này, công dân của một quốc gia phải tuân thủ luật pháp của quốc gia đó. Theo cách tương tự, nếu đã trở thành công dân của Thiên đàng, chúng ta phải tuân thủ luật nước trời là Lời Đức Chúa Trời, ấy là Lẽ Thật. Ví dụ, vì Lời Chúa trong Xuất Ê-díp-tô ký 20:8 có chép rằng, "Hãy nhớ ngày nghỉ đặng làm nên ngày thánh" Chúng ta nên làm theo luật lệ của và đặt quyền ưu tiên trên hết cho việc vâng giữ trọn ngày Sa-bát, và không thỏa hiệp với thế gian. Chúng ta nên làm điều này bởi vì Đức Chúa Trời coi loại đức tin và sự vâng lời này là sự công bình.

Qua Chúa Giê-su Christ, Đức Chúa Trời đã soi sáng chúng ta về luật công bình dẫn chúng ta đến với sự sống. Nếu chúng ta tuân theo luật này, chúng ta trở nên công bình, chúng ta có thể đến được thiên đàng và chúng ta có thể nhận được tình yêu và phước lành từ Đức Chúa Trời.

Sự công bình của Chúa Giê-su Christ điều mà chúng ta phải làm theo

Ngay cả Chúa Giê-su, là Con Đức Chúa Trời, đã hoàn thành sự công bình bằng cách tuân thủ hoàn toàn luật pháp của Đức

Chúa Trời. Trên hết mọi sự, trong khi còn ở đất nầy, Ngài không hề tỏ ra một điều xấu nào. Bởi vì Ngài được sinh ra bởi sự hoài thai của Đức Thánh Linh, nên Ngài không có nguyên tội. Và, vì Ngài không có ý nghĩ hay bất cứ điều gì xấu xa, nên Ngài cũng không hề phạm tội.

Mọi người hầu như luôn thể hiện hành động gian xảo vì họ có ác tưởng trong lòng. Một người có lòng tham trước tiên sẽ nghĩ, "Làm cách nào để được sự giàu có? Làm thế nào để có được tài sản của ai đó và biến nó thành của riêng mình? Và kế đến người ấy sẽ ấp ủ ý tưởng này trong lòng mình. Đến khi lòng hắn bị kích động, rất có thể anh ta sẽ có những hành động xấu xa. Vì có lòng tham, nên người ấy bị Sa-tan cám dỗ thông qua những suy nghĩ của chính người đó; và khi anh ta nhận lấy sự cám dỗ này, cuối cùng anh ta thực hiện những hành động xấu xa như gian lận, biển thủ và ăn cắp.

Gióp 15:35 chép rằng, "Họ thọ thai sự ác, bèn sanh ra điều hại tàn, Lòng họ sắm sẵn những chước gian." Còn trong Sáng Thế ký 6:5 cho biết rằng trước sự phán xét thế gian của Đức Chúa Trời bằng nước lụt, sự hung ác của con người trên đất thêm lên rất nhiều, và mọi ý tưởng trong lòng họ đều là xấu xa luôn. Vì lòng họ trở nên xấu xa, ý nghĩ cũng xấu xa. Tuy nhiên, nếu không có sự ác trong lòng, Sa-tan không thể hành động thông qua suy nghĩ của chúng ta để cám dỗ chúng ta. Như chúng ta biết rằng những điều ra từ miệng xuất phát từ tấm lòng (Ma-thi-ơ 15:18), nếu trong lòng không có sự ác, không có cách nào những ý nghĩ hay hành động xấu xa có thể xuất phát từ nó.

Chúa Giê-su, Đấng không có nguyên tội cũng không có tội do chính mình gây ra, có một tấm lòng thánh thiện. Do đó, mọi hành động của Ngài luôn tốt đẹp. Vì lòng Ngài là công bình, nên Ngài chỉ có những ý tưởng công bình và Ngài chỉ có những việc làm công chính. Để trở thành người công chính, chúng ta phải bảo vệ những suy nghĩ của mình bằng cách trừ bỏ tà ác trong lòng, và rồi hành động của chúng ta cũng sẽ được trọn lành.

Nếu chúng ta vâng lời và làm đúng những gì Kinh thánh truyền dạy, "Hãy làm, không được làm, vâng giữ và trừ bỏ", lòng của Đức Chúa Trời, hay lẽ thật, sẽ ngự trị trong tâm hồn chúng ta để chúng ta không phạm tội bởi những suy nghĩ của mình. Và hành động của chúng ta cũng sẽ trở nên trọn lành bằng cách nhận được sự hướng dẫn và chỉ bảo của Đức Thánh Linh. Đức Chúa Trời phán "Hãy giữ ngày nghỉ đặng làm nên ngày thánh", vì vậy chúng ta "Giữ ngày Chúa Nhật làm nên ngày thánh". Ngài phán, "Hãy cầu nguyện, yêu thương và chia sẻ phúc âm", vì vậy chúng ta cầu nguyện, yêu thương và chia sẻ phúc âm. Ngài phán, "Chớ trộm cắp hay ngoại tình", vì vậy chúng ta không làm những điều ấy.

Ngài truyền dạy chúng ta trừ bỏ ngay cả những gì tựa như điều ác, chúng ta tiếp tục trừ bỏ những sự giả dối như ghen tị, đố kị, thù ghét, ngoại tình, lừa dối, v.v. Và nếu chúng ta tuân theo Lời Chúa thì những giả dối trong lòng chúng ta sẽ biến mất, chỉ còn lại lẽ thật. Nếu chúng ta nhổ bỏ tận gốc rễ sự đắng của tội lỗi khỏi lòng mình, tội lỗi không còn có thể đi vào chúng ta thông qua suy nghĩ mình. Do đó, bất cứ điều gì chúng ta nhìn xem, chúng ta đều nhìn bằng tấm lòng nhân từ và bất cứ điều gì chúng ta có thể nói và làm cũng được nói và làm bởi tấm lòng nhân từ mình.

Châm ngôn 4:23 chép rằng, "Khá cẩn thận giữ tấm lòng của con hơn hết,

Vì các nguồn sự sống do nơi nó mà ra." Sự công chính dẫn đến sự sống, hoặc nguồn sống, đến từ việc gìn giữ tấm lòng. Để có được sự sống, chúng ta phải gìn giữ sự công chính, ấy là lẽ thật, trong lòng chúng ta và tuân theo nó. Đây là lý do tại sao việc gìn giữ tâm trí và tấm lòng của một người là rất quan trọng.

Nhưng vì có quá nhiều điều ác trong chúng ta, khiến chúng ta không thể loại bỏ hết được chúng chỉ bằng sức riêng của mình. Ngoài những nỗ lực của chính chúng ta để loại bỏ tội lỗi, chúng ta còn phải nhờ đến quyền năng của Đức Thánh Linh. Đây là lý do tại sao chúng ta cần cầu nguyện. Khi cầu nguyện cách sốt sắng, ân sủng và quyền năng của Đức Chúa Trời đáp đậu trên chúng ta và chúng ta được tràn đầy Thánh Linh. Ấy là khi chúng ta có thể loại bỏ những tội lỗi mình!

Gia-cơ 3:17 dạy rằng, "Nhưng sự khôn ngoan từ trên mà xuống thì trước hết là thanh sạch,…" Điều này có nghĩa là khi chúng ta gạt bỏ tội lỗi khỏi lòng mình và chỉ tập chú vào sự công chính, thì sự khôn ngoan từ trên cao đáp đậu trên chúng ta. Tuy nhiên, bất luận sự khôn ngoan của đời nầy đến mức nào, cũng không bao giờ có thể so sánh với sự khôn ngoan đến từ trên cao. Sự khôn ngoan của đời này đến từ con người, bị giới hạn và không thể thấy trước ngay cả một sự sắp xảy đến trong giây phút. Tuy nhiên, sự khôn ngoan đến từ trên cao được ban đến bởi Đức Chúa Trời Toàn Năng để chúng ta thậm chí có thể biết về những điều sẽ đến trong tương lai và chuẩn bị cho điều đó.

Lu-ca 2:40, cho chúng ta biết rằng "Con trẻ lớn lên, và mạnh mẽ, được đầy dẫy sự khôn ngoan, và ơn Đức Chúa Trời ngự trên Ngài." Chúa Giê-su lớn lên và trở nên mạnh mẽ, thêm lên sự khôn ngoan. Kinh thánh chép lại rằng vào thời điểm Ngài lên mười hai tuổi, Ngài rất khôn ngoan đến nỗi ngay cả những bậc thầy Ra-bi là những người thông thạo Kinh Luật cũng kính nể bởi sự khôn ngoan của Ngài. Bởi vì tâm trí của Chúa Giê-su chỉ tập chú vào sự công bình, nên Ngài đã nhận được sự khôn ngoan từ trên cao.

1 Phi-e-rơ 2:22-23 chép rằng, "…Ngài chưa hề phạm tội, trong miệng Ngài không thấy có chút chi dối trá; Ngài bị rủa mà chẳng rủa lại, chịu nạn mà không hề ngăm dọa,…" Qua câu này, chúng ta có thể thấy tấm lòng Chúa Giê-su. Cũng như trong Giăng 4:34, khi các môn đệ mang thức ăn đến, Chúa Giê-su phán, "Đồ ăn của ta tức là làm theo ý muốn của Đấng sai ta đến, và làm trọn công việc Ngài." Vì tấm lòng và tâm trí của Chúa

Giê-su chỉ tập chú vào sự công bình, hết thảy việc làm của Ngài luôn trọn lành.

Chúa Giê-su không chỉ thành tín trong việc thực hiện công việc của Đức Chúa Trời; Ngài còn thành tín trong "cả nhà Chúa." Ngay cả khi chết trên thập tự giá, Ngài đã giao phó Trinh nữ Ma-ri cho Giăng, để đảm bảo bà được chăm sóc. Vì vậy, Chúa Giê-su đã hoàn thành bổn phận đời nầy của mình với tư cách là một con người, trong khi giảng phúc âm về vương quốc thiên đàng và chữa lành bệnh tật bởi quyền năng của Đức Chúa Trời. Cuối cùng Ngài đã hoàn thành sứ mệnh đến thế gian này của mình bằng cách nhận lấy thập tự giá để chăm sóc loài người tội lỗi và yếu đuối. Đó là cách Ngài trở thành Cứu Chúa của nhân loại, Vua trên muôn vua và Chúa của các chúa.

Con đường trở nên người công bình

Với tư cách là con của Đức Chúa Trời, chúng ta phải làm gì? Chúng ta cần phải trở thành những người công chính bằng cách tuân giữ luật pháp của Đức Chúa Trời qua việc làm của mình. Vì Chúa Giê-su đã trở thành một hình mẫu quan trọng cho tất cả chúng ta bằng cách vâng giữ và thực hành trọn vẹn luật pháp của Đức Chúa Trời, chúng ta cần phải làm như vậy bằng cách theo gương của Ngài.

Thực hành luật pháp của Đức Chúa Trời có nghĩa là vâng giữ các điều răn của Ngài và không chỗ chê trách đối với các luật lệ của Ngài. Mười điều răn sẽ là ví dụ điển hình về các điều răn của Đức Chúa Trời. Các điều răn nầy có thể được coi là bao gồm cách ngắn gọn tất cả các điều răn của Đức Chúa Trời chứa trong 66 sách Kinh thánh. Mỗi một điều trong Mười Điều Răn đều có ý nghĩa tâm linh sâu sắc. Khi chúng ta hiểu ý nghĩa thực sự của mỗi điều và tuân theo, Đức Chúa Trời gọi chúng ta là công bình.

Chúa Giê-su có nói đến điều răn lớn và quan trọng nhất, đó là yêu Chúa hết lòng, hết tâm hồn và hết trí. Thứ hai là yêu người lân cận như chính mình (Ma-thi-ơ 22:37-39).

Chúa Giê-su đã vâng giữ và thực hành tất cả các điều răn này. Ngài không bao giờ cãi lẫy hay lớn tiếng. Chúa Giê-su cầu nguyện mọi lúc, bất kể sáng sớm hay suốt đêm. Ngài cũng vâng giữ tất cả luật lệ. Luật lệ đề cập đến các quy tắc mà Đức Chúa Trời đề ra cho chúng ta, như trong việc giữ lễ Vượt qua hoặc dâng phần mười. Có một ghi chép về việc Chúa Giê-su lên Giê-ru-sa-lem để dự Lễ Vượt Qua, giống như tất cả những người Do Thái khác.

Cơ Đốc nhân, những người Do Thái thuộc linh, tiếp tục gìn giữ và tuân theo những ý nghĩa thiêng liêng của các nghi lễ của người Do Thái. Cơ Đốc nhân cắt bì lòng họ giống như cắt bao quy đầu đã được thực hiện trong thời Cựu Ước. Họ thờ phượng bằng tâm linh và lẽ thật trong các buổi thờ phượng, giữ ý nghĩa thiêng liêng về các của lễ dâng cho Đức Chúa Trời trong Cựu Ước. Khi chúng ta tuân thủ luật lệ của Đức Chúa Trời và thực hành những điều đó, chúng ta sẽ có được sự sống đích thực và trở nên công chính. Chúa đã thắng sự chết và sống lại; do đó chúng ta cũng có thể vui hưởng sự sống đời đời bởi sự sống lại của những người công bình.

Những ơn phước dành cho những người công bình

Bất hòa, thù hằn và bệnh tật xảy đến vì sự bất chính của con người. Vô luật pháp xuất phát từ việc không công chính, dẫn đến đau đớn và khổ nhọc. Điều này là do con người nhận lấy công việc của quỷ, cha của tội lỗi. Nếu không có tình trạng vô luật pháp và sự bất chính, sẽ không có thảm họa, đau khổ hay khó khăn, và thế giới này sẽ thực sự là một nơi tuyệt đẹp. Hơn nữa, nếu trở thành một người công chính trong mắt Đức Chúa Trời, chúng ta sẽ nhận được những ơn phước lớn lao từ Ngài. Chúng ta có thể trở thành một người phước hạnh thực sự.

Phục truyền luật lệ ký 28:1-6 nói về điều nầy một cách chi

tiết: "Nếu ngươi nghe theo tiếng phán của Giê-hô-va Đức Chúa Trời ngươi cách trung thành, cẩn thận làm theo mọi điều răn của Ngài, mà ta truyền cho ngươi ngày nay, thì Giê-hô-va Đức Chúa Trời ngươi sẽ ban cho ngươi sự trổi hơn mọi dân trên đất. Nếu ngươi nghe theo tiếng phán của Giê-hô-va Đức Chúa Trời ngươi, nầy là mọi phước lành sẽ giáng xuống trên mình ngươi:

Ngươi sẽ được phước trong thành, và được phước ngoài đồng ruộng. Bông trái của thân thể ngươi, hoa quả của đất ruộng ngươi, sản vật của sinh súc ngươi, luôn với lứa đẻ của bò cái và chiên cái ngươi, đều sẽ được phước; cái giỏ và thùng nhồi bột của ngươi đều sẽ được phước! Ngươi sẽ được phước trong khi đi ra, và sẽ được phước trong khi vào."

Ngoài ra, trong Xuất Ê-díp-tô ký 15:26, Đức Chúa Trời hứa rằng nếu chúng ta làm điều ngay thẳng trước mặt Ngài, thì Ngài sẽ không giáng bất kỳ bệnh nào lên chúng ta là những bệnh mà Ngài đã giáng lên người Ai Cập. Do đó, nếu chúng ta làm những điều ngay thẳng trong mắt Đức Chúa Trời, thì chúng ta sẽ được khỏe mạnh. Chúng ta có thể thịnh vượng trong mọi lĩnh vực của cuộc sống và trải nghiệm niềm vui và phước lành đời đời.

Cho đến giờ chúng ta đã nhìn biết sự công bình trong mắt Đức Chúa Trời là gì. Bấy giờ, bởi việc làm theo luật pháp và luật lệ của Đức Chúa Trời cách trọn vẹn, và sống ngay thẳng trong mắt Ngài, tôi hy vọng anh chị em có thể trải nghiệm tình yêu và phước lành của Chúa cách trọn vẹn!

Đức tin và sự công bình

Có hai loại đức tin: đức tin thuộc linh, và đức tin xác thịt. 'Đức tin xác thịt' chỉ có thể tin vào những điều phù hợp với hiểu biết và suy nghĩ của con người. Loại đức tin này là đức tin không có việc làm; do đó, ấy là loại đức tin chết mà Đức Chúa Trời không thừa nhận. 'Đức tin thuộc linh', có thể tin vào mọi thứ xuất phát từ Lời Chúa, mặc dù nó có thể không hợp với tri thức hay suy nghĩ của con người. Với loại đức tin này, người ta hành động theo Lời Đức Chúa Trời.

Người ta chỉ có thể có loại đức tin này nếu được Đức Chúa Trời ban cho, và mỗi người có một lượng đức tin khác nhau (Rô-ma 12:3). Phần lớn, đức tin có thể được phân loại từ cấp độ một đến năm: ở cấp độ đức tin thứ nhất, người ta có đức tin để nhận được sự cứu rỗi, ở cấp độ thứ hai, người ta cố gắng hành động theo Lời Chúa, ở cấp độ thứ ba, người ta hoàn toàn có thể hành động Theo Lời Chúa, ở cấp độ thứ tư, người ta đã nên thánh bằng cách trừ bỏ tội lỗi và yêu mến Chúa hết lòng, và ở cấp độ thứ năm, người ta có đức tin để mang lại niềm vui trọn vẹn cho Chúa.

'Người công bình' nói đến những người chính trực.

Khi tin nhận Chúa Giê-su Christ và được tha thứ tội lỗi mình bởi huyết báu của Ngài, chúng ta được xưng công bình. Điều này có nghĩa là chúng ta được xưng công bình bởi đức tin của chúng ta. Bấy giờ khi chúng ta loại bỏ những điều ác – hay những sự giả dối khỏi lòng mình và cố gắng hành động trong lẽ thật, theo Lời Đức Chúa Trời, chúng ta có thể trở thành những người thực sự chính trực, được Chúa thừa nhận là công bình. Đức Chúa Trời lấy làm vui mừng cả thể với những người công chính như thế này và Ngài đáp lời mọi sự cầu nguyện của họ (Gia-cơ 5:16).

Chương 7

Người Công Bình Sẽ Sống Bởi Đức Tin

"Vì trong Tin lành nầy có bày tỏ sự công bình của Đức Chúa Trời, bởi đức tin mà được, lại dẫn đến đức tin nữa, như có chép rằng: Người công bình sẽ sống bởi đức tin"
(Rô-ma 1:17)

Khi ai đó làm việc thiện cho một đứa trẻ mồ côi, một góa phụ hoặc một người hàng xóm gặp khó khăn, thường thì mọi người sẽ gọi người đó là một người công chính. Khi một người nào đó tỏ ra hiền lành và tốt bụng, tuân thủ luật pháp, không dễ nổi nóng và kiên nhẫn, mọi người khen ngợi người đó mà rằng, "Người đó thậm chí không cần luật pháp." Vậy, điều này có nghĩa là người ấy thực sự công bình chăng?

Ô-sê 14:9 chép rằng, "Ai là khôn ngoan mà hiểu những sự nầy? Ai là giỏi giang mà biết những sự đó? Vì các đường lối của Đức Giê-hô-va là ngay thẳng; những kẻ công bình sẽ bước đi trong đó, còn những kẻ phạm phép thì vấp ngã trong đó." Điều nầy có nghĩa là một người tuân theo luật pháp của Đức Chúa Trời là một người thực sự chính trực.

Ngoài ra, Lu-ca 1:5-6 chép rằng, "Trong đời Hê-rốt, vua nước Giu-đê, có một thầy tế lễ, về ban A-bi-a, tên là Xa-cha-ri; vợ người là Ê-li-sa-bét, thuộc về chi phái A-rôn. Cả hai đều là công bình trước mặt Đức Chúa Trời, vâng giữ mọi điều răn và lễ nghi của Chúa một cách không chỗ trách được." Điều này có nghĩa là ai đó chỉ công bình khi người ấy thực hành luật pháp của Đức Chúa Trời, ấy là tất cả các điều răn và luật lệ của Chúa.

Để trở nên một người công chính thật sự

Bất luận người ta cố gắng đến bao nhiêu để trở nên công bình, thì cũng chẳng có ai là người công bình vì mọi người đều có nguyên tội, là thứ được truyền lại từ tổ phụ mình, và những tội lỗi do chính mình vi phạm, hay còn gọi là tội lỗi hiện tại. Rô-ma 3:10 cho biết rằng, "Chẳng có một người công bình nào hết, dẫu một người cũng không." Chỉ một người duy nhất công bình là Chúa Giê-su Christ.

Chúa Giê-su, người không có nguyên tội cũng không có kỷ tội, đã đổ huyết và chết trên thập tự giá để trả giá cho hình phạt tội lỗi của chúng ta, và Ngài đã sống lại từ cõi chết và trở thành Cứu Chúa của chúng ta. Thời khắc chúng ta tin nhận Chúa Giê-su Christ, Ngài là con đường, lẽ thật và sự sống, đó là khi tội lỗi của chúng ta được rửa sạch, và chúng ta được xưng công bình. Tuy nhiên, chỉ vì chúng ta được xưng công bình bởi đức tin, điều đó không có nghĩa là chúng ta đã trọn. Song, khi tin nhận Chúa Giê-su Christ, chúng ta được tha thứ tội lỗi mình và được xưng công bình; tuy nhiên, bản chất tội lỗi vẫn còn trong lòng.

Ấy là tại sao Rô-ma 2:13 có chép rằng, "Vì chẳng phải kẻ nghe đọc luật pháp là người công bình trước mặt Đức Chúa Trời, bèn là kẻ làm theo luật pháp được xưng công bình vậy." Điều đó có nghĩa là mặc dù chúng ta được xưng công bình bởi đức tin, chúng ta chỉ có thể trở thành một người thực sự công bình khi chúng ta thay đổi tấm lòng giả dối thành tấm lòng chân thật bằng cách làm theo Lời Chúa.

Vào thời Cựu Ước, trước khi Đức Thánh Linh đến, người ta không thể tự mình trừ bỏ hết tội lỗi. Vì vậy, nếu không phạm tội bằng việc làm, họ không bị xem là kẻ có tội. Đây là thời kỳ Luật pháp, khi mà người ta phải báo trả "Mắt đền mắt, răng đền răng". Tuy nhiên, điều mà Chúa muốn là việc cắt bì lòng mình, trừ bỏ bản chất giả dối, hay tội lỗi trong lòng, để thực hành tình yêu và lòng thương xót. Vì vậy, không giống như con người trong thời Cựu Ước, thời Tân Ước những người tin nhận Chúa Giê-su Christ nhận lãnh Đức Thánh Linh như một sự ban cho, và với sự giúp đỡ của Đức Thánh Linh, họ được ban cho quyền để loại bỏ những bản tánh tội lỗi ra khỏi lòng mình. Con người không thể loại bỏ tội lỗi và trở nên công bình bằng sức riêng của mình. Đây là lý do tại sao Đức Thánh Linh đã đến.

Do đó, để trở thành một người thực sự công chính, chúng ta cần sự giúp đỡ của Đức Thánh Linh. Khi kêu cầu với Chúa trong sự cầu nguyện để trở nên công bình, Đức Chúa Trời ban cho chúng ta ân sủng và sức mạnh, cùng với sự giúp đỡ của Đức Thánh Linh. Vì vậy, chúng ta chắc chắn có thể thắng được tội lỗi và nhổ bỏ tận gốc rễ bản chất tội lỗi khỏi lòng chúng ta! Khi chúng ta ngày càng tấn tới trong việc loại bỏ tội lỗi, nên thánh và đạt được đức tin đầy trọn với sự giúp đỡ của Đức Thánh Linh, chúng ta nhận được tình yêu của Chúa nhiều hơn và trở thành những người thực sự công bình.

Tại sao chúng ta cần trở nên công bình?

Chúng ta có thể hỏi, "Tôi có thực sự cần phải trở nên công bình không? Tôi có thể tin Chúa Giê-su ở một mức độ nhất định nào đó và sống một cuộc sống bình thường được không?" Đức Chúa Trời có phán trong Khải huyền 3:15-16, "Ta biết công việc của ngươi; ngươi không lạnh cũng không nóng. Ước gì ngươi lạnh hoặc nóng thì hay! Vậy, vì ngươi hâm hẩm, không nóng cũng không lạnh, nên ta sẽ nhả ngươi ra khỏi miệng ta."

Chúa không ưa thích đức tin trung bình. Đức tin Hâm hẩm là nguy hiểm, vì thực sự rất khó để giữ loại đức tin này trong một khoảng thời gian dài. Cuối cùng, loại đức tin này trở nên lạnh nhạt. Nó giống như nước hâm hẩm. Nếu để nước đó ra ngoài một lúc, cuối cùng nó sẽ nguội đi và trở nên lạnh. Chúa phán rằng Ngài sẽ nhả những người có đức tin này ra khỏi Ngài. Điều này có nghĩa là những người có loại đức tin này không thể được cứu.

Vậy thì tại sao chúng ta cần trở nên công bình? Như có chép trong Rô-ma 6:23, "Vì tiền công của tội lỗi là sự chết", kẻ có tội thuộc về kẻ thù, ma quỷ và sa vào đường chết. Do đó, tội nhân phải xoay bỏ tội lỗi và trở nên công bình. Chỉ như vậy, một tội nhân mới có thể thoát khỏi những thử thách, đau khổ và bệnh tật mà ma quỷ mang đến cho anh ta. Khi con người sống trên đời này, anh ta rất có thể phải trải qua mọi hoàn cảnh buồn chán và khó khăn như ốm đau, tai nạn và chết chóc. Tuy nhiên, nếu trở nên công bình, người ta không có liên can gì đến những điều này.

Do đó, chúng ta cần chú ý đến lời Chúa và vâng giữ mọi điều răn của Ngài. Nếu sống ngay thẳng, chúng ta có thể nhận được mọi phước lành được mô tả trong Phục truyền luật lệ ký chương 28. Và khi tâm linh được thịnh vượng, chúng ta cũng sẽ được thịnh vượng trong mọi sự, kể cả về sức khỏe.

Nhưng cho đến khi trở thành một người công bình để có thể nhận được mọi ơn phước này, khó khăn sẽ cặp theo. Ví dụ, để giành huy chương vàng tại Thế vận hội, các vận động viên phải trải qua quá trình huấn luyện nghiêm ngặt. Cũng vậy, từng hồi từng lúc, Đức Chúa Trời sẽ cho phép những con cái yêu dấu của Ngài trải qua những thử thách và khổ nạn nhất định trong phạm vi khả năng của chúng tùy theo lượng đức tin của từng người, nhờ đó linh hồn của họ sẽ ngày càng thịnh vượng.

Chúa phán bảo Áp-ra-ham hãy ra khỏi nhà cha mình mà rằng, "Ngươi hãy đi ở trước mặt ta làm một người trọn vẹn" (Sáng thế ký 17: 1). Ngài tôi luyện và dẫn dắt ông trở thành một con người thực sự công bình. Cuối cùng, sau khi Áp-ra-ham vượt qua thử thách cuối cùng để hy sinh đứa con trai duy nhất của mình là Y-sác, làm một của lễ thiêu cho Chúa, mọi thử thách đã kết thúc. Sau đó, Áp-ra-ham được phước mọi lúc, và mọi sự luôn diễn ra tốt đẹp với ông.

Đức Chúa Trời tôi luyện chúng ta để thêm lên đức tin và khiến chúng ta trở nên công bình. Khi mỗi người vượt qua mọi thử thách, Đức Chúa Trời ban phước cho họ, và đưa dẫn họ đến đức tin lớn hơn. Qua quá trình này, chúng ta tu luyện lòng mình để ngày càng trở nên giống tấm lòng của Chúa.

Vinh quang mà chúng ta nhận được trên Thiên đàng sẽ khác nhau, tùy thuộc vào mức độ tội lỗi mà chúng ta đã trừ bỏ, và lòng chúng ta giống với tấm lòng Đấng Christ đến mức nào. Như có chép trong 1 Cô-rinh-tô 15:41, "Vinh quang của mặt trời khác, vinh quang của mặt trăng khác, vinh quang của ngôi sao khác; vinh quang của ngôi sao nầy với vinh quang của ngôi sao kia cũng khác," mức độ vinh quang chúng ta có được trên Thiên đàng tùy thuộc vào việc chúng ta trở nên công bình như thế nào trong thế giới này.

Những con cái mà Đức Chúa Trời ưa muốn là những người có phẩm chất thực sự của những con cái Ngài, những người có tấm lòng của Chúa. Những người này sẽ được vào Giê-ru-sa-lem Mới là nơi có ngai của Đức Chúa Trời, và họ sẽ được ở trong một nơi vinh quang tỏa sáng như mặt trời.

Người công bình sẽ sống bởi đức tin

Vậy chúng ta nên sống như thế nào, để trở thành một người công bình? Chúng ta cần sống bởi đức tin, như có chép trong Rô-ma 1:17, "Người công bình sẽ sống bởi đức tin." Chúng ta có thể chia đức tin thành hai loại chính: đức tin xác thịt và đức tin thuộc linh. Đức tin xác thịt là đức tin dựa trên kiến thức hoặc đức tin dựa trên lý trí.

Khi một con người được sinh ra và lớn lên, những điều người ta thấy, nghe và học được từ cha mẹ, thầy giáo, hàng xóm và bạn bè của mình được lưu trữ dưới dạng kiến thức trong một thiết bị nhớ trong não bộ. Nếu một người chỉ tin khi một điều gì đó hợp với kiến thức mà người ấy đã có, thì đây được gọi là niềm tin xác thịt. Những người có loại đức tin này tin rằng một sự vật gì đó có thể được tạo ra từ một sự vật đã có. Nhưng họ không thể tin hoặc chấp nhận việc tạo ra thứ gì đó từ số không.

Chẳng hạn, họ không thể tin rằng Chúa tạo ra thiên đàng và trái đất bằng Lời phán. Họ không thể tin được sự kiện Chúa Giê-su làm yên cơn bão bằng cách quở gió và truyền cho biển, "Hãy yên đi" (Mác 4:39). Chúa mở miệng con lừa và khiến nó nói. Ngài đã khiến Môi-se dùng gậy rẽ đôi Biển Đỏ. Ngài thậm chí còn khiến tường thành lớn Giê-ri-cô sụp đổ sau khi dân Y-sơ-ra-ên chỉ đi vòng quanh đó và hô lớn tiếng. Theo tri thức và lý luận của con người, những sự kiện này hoàn toàn vô lý.

Làm thế nào biển có thể rẽ đôi, chỉ vì ai đó cầm gậy giơ lên về phía nó? Tuy nhiên, đối với Đức Chúa Trời thì không điều gì là không thể, nếu Ngài khiến điều đó sẽ xảy ra thì ắt phải xảy ra như vậy! Một người xưng nhận tin vào Chúa nhưng chưa có đức tin thuộc linh sẽ không tin những sự kiện này thực sự diễn ra. Vì vậy, một người có đức tin xác thịt không có đức tin để tin, nên theo lẽ tự nhiên, họ không thể làm theo Lời Chúa. Vì vậy, lời cầu nguyện của họ không thể được nhậm, và họ không thể nhận được sự cứu rỗi. Đây là lý do tại sao đức tin của họ được gọi là 'đức tin chết'.

Trái lại, đức tin thuộc linh, niềm tin vào việc tạo ra một thứ gì đó từ số không – được gọi là 'đức tin sống'. Những người có loại đức tin này sẽ đánh đổ những ý tưởng xác thịt mình, và sẽ không cố gắng hiểu một sự việc hoặc tình huống chỉ dựa trên tri thức và suy nghĩ của mình. Những người có đức tin thuộc linh có đức tin chấp nhận mọi sự trong Kinh thánh cách tuyệt đối như đã chép. Đức tin thuộc linh là đức tin có thể tin vào điều không thể. Và vì nó đưa dẫn con người đến sự cứu rỗi, nên nó được gọi là 'đức tin sống'. Nếu muốn trở nên công bình, chúng ta phải có đức tin thuộc linh.

Làm thế nào để có đức tin thuộc linh

Để có đức tin thuộc linh, trước tiên chúng ta phải loại bỏ tất cả những suy nghĩ và luận thuyết trong tâm trí khiến chúng ta bối rối đến nỗi không có được đức tin thuộc linh. Như có chép trong 2 Cô-rinh-tô 10:5, chúng ta phải đánh đổ các lý luận, mọi sự tự cao nổi lên nghịch cùng sự hiểu biết Đức Chúa Trời, và bắt hết các ý tưởng làm tôi vâng phục Đấng Christ.

Tri thức, luận thuyết, sự khôn ngoan và các giá trị mà con người học được từ khi sinh ra không phải lúc nào cũng đúng. Chỉ có Lời của Đức Chúa Trời là sự thật tuyệt đối và đời đời. Nếu chúng ta khẳng định rằng kiến thức và luận thuyết hạn chế của con người là đúng, thì không có cách nào chúng ta có thể chấp nhận Lời Đức Chúa Trời là lẽ thật. Vì thế, chúng ta không thể nào có được đức tin thuộc linh. Đó là lý do tại sao đánh đổ loại tâm trí này là điều quan trọng hàng đầu đối với chúng ta.

Ngoài ra, để có được đức tin thuộc linh, chúng ta phải siêng năng lắng nghe Lời Chúa. Rô-ma 10:17 nói rằng đức tin đến từ việc nghe; do đó chúng ta phải nghe Lời Chúa. Nếu chúng ta không nghe lời Chúa, thì chúng ta sẽ không biết lẽ thật là gì – vậy nên đức tin thuộc linh không thể diễn ra trong chúng ta. Khi chúng ta nghe lời Chúa hoặc lời chứng của những người khác trong các buổi thờ phượng và các buổi nhóm khác của nhà thờ, sự nảy mầm của đức tin phát triển bên trong chúng ta, mặc dù lúc đầu nó có thể là đức tin lý trí.

Kế đến, để biến đức tin dựa trên tri thức này thành đức tin thuộc linh, chúng ta cần thực hành lời Chúa. Như được chép trong Gia-cơ 2:22, đức tin hành động trên việc làm của con người, và nhờ kết quả của công việc, đức tin được trọn.

Một người yêu thích bóng chày không thể trở thành một cầu thủ bóng chày giỏi nhờ anh ta đọc nhiều sách về bóng chày. Nếu anh ta thu thập kiến thức, bây giờ anh ta phải trải qua rèn luyện nghiêm ngặt theo kiến thức anh ta có được, để trở thành một cầu thủ bóng chày tuyệt vời. Theo cùng một cách, cho dù chúng ta đọc Kinh thánh đến bao nhiêu, nếu việc làm của mình không như những gì đã đọc, đức tin của chúng ta sẽ chỉ còn là đức tin dựa trên tri thức, và chúng ta sẽ không thể có được đức tin thuộc linh. Khi đem những gì chúng ta nghe vào hành động, đó là khi Chúa ban ban cho chúng ta đức tin thuộc linh – đức tin để thực sự tin từ bên trong lòng mình.

Vì vậy, nếu ai đó thực sự tin từ đáy lòng mình rằng lời Chúa phán, "Hãy vui mừng luôn luôn; cầu nguyện không ngừng; trong mọi sự hãy dâng lời tạ ơn," Người ấy sẽ thực hiện như thế nào? Tất nhiên, là sẽ vui mừng trong những hoàn cảnh vui vẻ. Nhưng cũng sẽ vui mừng khi gặp khó khăn xảy ra. Với sự vui mừng, người ấy sẽ phó thác mọi sự vào tay Chúa. Dù bận rộn đến đâu, người ấy cũng sẽ dành thời gian để cầu nguyện. Và bất kể hoàn cảnh như thế nào, cũng sẽ luôn dâng lời tạ ơn, với niềm tin rằng những lời cầu nguyện của mình sẽ được đáp lời, vì người ấy tin vào Đức Chúa Trời toàn năng.

Theo cách này, khi chúng ta làm theo lời Chúa, Chúa đẹp lòng với đức tin của chúng ta, và Ngài cất đi những thử thách, đau khổ và đáp lời sự cầu xin của chúng ta để thực sự, chúng ta có cớ mà vui mừng và cảm tạ. Khi siêng năng cầu nguyện, loại bỏ những điều giả dối khỏi lòng mình với sự vùa giúp của Đức Thánh Linh, chúng ta làm theo Lời Chúa, thì đức tin dựa trên tri thức của chúng ta trở thành một bệ đỡ mà trên đó Chúa ban cho chúng ta đức tin thuộc linh.

Nếu chúng ta có đức tin thuộc linh, chúng ta sẽ vâng giữ Lời Đức Chúa Trời. Khi bởi đức tin, chúng ta cố gắng làm một điều gì đó mà chúng ta không thể làm, thì Chúa sẽ giúp chúng ta làm điều đó. Đây là lý do tại sao nhận được phước lành tài chính trở nên rất dễ dàng. Như có chép trong Ma-la-chi 3:10, khi chúng ta dâng trọn phần mười, Chúa đổ rất nhiều phước lành cho chúng ta đến nỗi kho của chúng ta sẽ tràn ra! Bởi vì chúng ta tin rằng khi chúng ta gieo, chúng ta sẽ gặt 30, 60, 100 lần, chúng ta có thể gieo trong sự sự vui mừng. Đây là cách mà bởi đức tin, người công bình nhận được tình yêu và phước lành của Đức Chúa Trời.

Sống bởi đức tin

Trong cuộc sống hàng ngày, chúng ta đối diện với 'Biển Đỏ', đứng trước mặt, 'Thành Giê-ri-cô', mà chúng ta phải phá bỏ, và Sông Giô-đanh nước ngập tràn bờ mà chúng ta phải vượt qua. Khi những nan đề này xuất hiện, hãy bước đi trong lẽ thật là sống bởi đức tin. Chẳng hạn, với đức tin xác thịt, nếu ai đó công kích chúng ta, chúng ta sẽ muốn đánh trả và ghét người đó. Nhưng nếu có đức tin thuộc linh, chúng ta sẽ không ghét người ấy, mà yêu thương họ. Khi chúng ta có loại đức tin sống này, - đức tin sẽ biến Lời Đức Chúa Trời thành hành động - kẻ thù là ma quỷ chạy trốn khỏi chúng ta, và các nan đề của chúng ta đều được giải quyết.

Người công chính sống bởi đức tin sẽ yêu mến Đức Chúa Trời, vâng giữ các điều răn của Ngài và làm theo lẽ thật. Đôi khi người ta hỏi rằng, "Làm thế nào chúng ta có thể vâng giữ hết các điều răn? Vì đó là điều phải lẽ khi một đứa trẻ tôn kính cha mẹ mình và một người chồng và người vợ yêu nhau, nếu chúng ta tự gọi mình là con cái của Đức Chúa Trời, chỉ đúng như vậy khi chúng ta vâng giữ các điều răn của Ngài.

Đối với những tín đồ mới bắt đầu tham dự nhà thờ, ban đầu có thể khó đóng cửa hàng mình vào Chủ nhật. Họ nghe rằng Chúa sẽ ban phước cho nếu họ giữ ngày nghỉ đặng làm nên ngày thánh bằng cách đóng cửa cửa hàng mình vào Chủ nhật, nhưng ban đầu có thể khó tin. Vì vậy, trong một số trường hợp, họ có thể chỉ tham dự lễ sáng chủ nhật và sau đó mở cửa hàng vào buổi chiều.

Mặt khác, đối với những tín đồ trưởng thành hơn, lợi ích không phải là vấn đề đối với họ. Ưu tiên hàng đầu của họ là làm theo Lời Chúa, vì vậy họ thực hành bằng cách đóng cửa hàng vào Chủ nhật. Bấy giờ, Chúa thấy đức tin của họ và đảm bảo để họ kiếm được nhiều lợi nhuận hơn so với khi họ mở cửa hàng vào Chủ nhật. Như Chúa đã hứa, Ngài sẽ bảo vệ họ khỏi mất mát, và Ngài sẽ ban phước cho họ đến mức nhận, lắc cho đầy tràn.

Điều này cũng áp dụng để trừ bỏ tội lỗi. Những tội lỗi như thù hét, ghen tị và ham muốn rất khó để trừ bỏ, nhưng chúng có thể được loại bỏ khi chúng ta cầu nguyện sốt sắng. Từ kinh nghiệm cá nhân của tôi, với những tội lỗi không thể trừ bỏ chỉ bằng lời cầu nguyện, tôi đã vứt bỏ chúng bằng cách kiêng ăn. Nếu kiêng ăn trong ba ngày không có tác dụng, tôi đã kiêng ăn năm ngày. Nếu nó vẫn không hiệu quả, tôi đã thêm lên bảy ngày, và sau đó mười ngày. Tôi kiêng ăn cho đến khi tội lỗi được trừ bỏ. Bấy giờ, tôi nhận thấy mình trừ bỏ tội lỗi né tránh sự kiêng ăn!

Nếu chúng ta có thể loại bỏ những tội lỗi khó loại bỏ nhất, thì những tội lỗi khác cũng dễ dàng bị loại bỏ. Nó giống như nhổ một cái cây tận gốc rễ của nó. Nếu chúng ta nhổ được rễ chính, tất cả các rễ nhỏ khác đều theo ra cùng nó.

Nếu chúng ta yêu Chúa, việc vâng giữ các điều răn của Ngài là không khó. Làm thế nào một người yêu mến Chúa lại không vâng giữ lời Ngài? Yêu mến Đức Chúa Trời là vâng lời Ngài. Vì vậy, nếu yêu mến Ngài, chúng ta có thể giữ tất cả các điều răn của Ngài. Phải chăng những nan đề chồng chất trước chúng ta to lớn như Biển Đỏ hay khó vượt qua như thành Giê-ri-cô?

Nếu có đức tin thuộc linh, biến đức tin thành hành động và bước đi trên con đường chính trực, thì Chúa sẽ giải quyết tất cả những nan đề và cất đi sự đau khổ của chúng ta. Càng trở nên công bình, nan đề của chúng ta càng được giải quyết nhanh hơn và lời cầu nguyện được đáp lời càng nhanh! Vì vậy, cuối cùng, tôi hy vọng rằng anh chị em sẽ vui hưởng một cuộc sống hưng thịnh không chỉ ở đời này, mà còn những ơn phước đời đời nơi Thiên đàng. Hãy bước đi bởi đức tin với tư cách là một người công bình của Đức Chúa Trời!

Bảng chú giải thuật ngữ

Ý Tưởng, Luận Thuyết, và những Rập Khuôn của Tâm Trí

'Ý tưởng' là, thông qua hoạt động của linh hồn, đưa ra kiến thức được lưu trữ trong thiết bị bộ nhớ của não. Những ý tưởng này có thể được phân loại thành hai phần: những ý tưởng xác thịt chống lại Đức Chúa Trời và những ý tưởng tâm linh làm hài lòng Đức Chúa Trời. Trong số những kiến thức được lưu trữ trong bộ nhớ của chúng ta, nếu chúng ta chọn điều thuộc về lẽ thật, chúng ta sẽ có những ý tưởng thuộc linh. Trái lại, nếu chúng ta chọn điều giả dối, chúng ta sẽ có những ý tưởng xác thịt.

'Luận thuyết' là lô-gic mà người ta thiết lập dựa trên kiến thức có được thông qua kinh nghiệm, sự hiểu biết hoặc học vấn của mình. Luận thuyết khác nhau tùy thuộc vào kinh nghiệm, suy nghĩ hoặc thời đại của mỗi người. Nó tạo ra bất đồng, và nhiều khi chống nghịch Lời Chúa.

'Rập khuôn' là khuôn khổ lý trí mà người ta tin rằng mình đúng. Những khuôn khổ này được lập nên khi sự công bình riêng của một người trở nên cứng nhắc. Vì lý do này, đối với một số người, chính tính cách của họ trở thành khuôn khổ, và đối với một số người khác, kiến thức và lý thuyết của họ có thể trở thành khuôn khổ. Chúng ta phải nghe Lời Chúa và hiểu lẽ thật để khám phá những khuôn khổ này trong tâm trí của chúng ta và đánh đổ chúng.

Chươngr 8

Phải Thuận Phục Đấng Christ

"Vì chúng tôi dầu sống trong xác thịt, chớ chẳng tranh chiến theo xác thịt. Và, những khí giới mà chúng tôi dùng để chiến tranh là không phải thuộc về xác thịt đâu, bèn là bởi quyền năng của Đức Chúa Trời, có sức mạnh để đạp đổ các đồn lũy: Nhờ khí giới đó chúng tôi đánh đổ các lý luận, mọi sự tự cao nổi lên nghịch cùng sự hiểu biết Đức Chúa Trời, và bắt hết các ý tưởng làm tôi vâng phục Đấng Christ. Cũng nhờ khí giới đó, chúng tôi sẵn sàng phạt mọi kẻ chẳng phục, khi anh em đã chịu lụy trọn rồi."

(2 Cô-rinh-tô 10:3-6)

Nếu tin nhận Chúa Giê-su Christ, và trở thành một người công bình để có đức tin thuộc linh, chúng ta có thể nhận được những phước lành vượt quá sức suy tưởng từ Đức Chúa Trời. Chúng ta không chỉ có thể dâng vinh hiển lên Đức Chúa Trời bằng cách làm công việc Ngài một cách đầy quyền năng, mà còn sẽ được Ngài đáp lời mọi điều chúng ta cầu xin để chúng ta có thể sống một cuộc sống thịnh vượng trong mọi sự.

Tuy nhiên, có một số người tự nhận mình là người tin Chúa, nhưng không làm theo Lời Ngài, và do đó không thể đạt được sự công bình của Chúa. Họ tuyên bố rằng mình cầu nguyện và làm việc chăm chỉ cho Chúa, nhưng họ không nhận được phước lành, và họ luôn gặp thử thách, đau khổ và bệnh tật. Nếu có đức tin, người ta nên sống theo Lời Chúa và nhận được phước lành dồi dào của Ngài. Nhưng tại sao các tín đồ không thể làm điều này? Đó là vì họ tiếp tục giữ lấy những suy nghĩ xác thịt.

Ý tưởng xác thịt thù nghịch với Đức Chúa Trời

Thuật ngữ "xác thịt" để cập đến thân thể của một người kết hợp với bản chất tội lỗi. Những bản tính tội lỗi này là những điều giả dối trong lòng, mà không được bộc lộ ra bên ngoài bằng việc làm. Khi những sự sai sự thật này xuất hiện dưới dạng những suy nghĩ, những suy nghĩ này được gọi là những "suy nghĩ xác thịt". Khi có những suy nghĩ xác thịt, chúng ta không thể làm theo lẽ thật cách trọn vẹn. Rô-ma 8:7 cho biết rằng, "...vì sự chăm về xác thịt nghịch với Đức Chúa Trời, bởi nó không phục dưới luật pháp Đức Chúa Trời, lại cũng không thể phục được."

Vậy, cụ thể hơn, những ý tưởng xác thịt là gì? Có hai loại ý tưởng. Đầu tiên là những ý tưởng thuộc linh giúp chúng ta làm theo lẽ thật, hay luật pháp của Đức Chúa Trời, kế đến là những suy nghĩ xác thịt khiến chúng ta không làm theo theo luật pháp của Đức Chúa Trời (Rô-ma 8:6). Bằng cách lựa chọn giữa lẽ thật và giả dối, chúng ta có thể có ý tưởng thuộc linh hay xác thịt.

Đôi khi, chúng ta nhìn thấy ai đó mà chúng ta không ưa, một mặt, chúng ta có thể có suy nghĩ không ưa thích người đó theo ác ý mình đối với anh ta. Mặt khác, chúng ta có thể có suy nghĩ cố gắng yêu thương người đó. Nếu chúng ta thấy người hàng xóm của mình có thứ gì đó thực sự tốt đẹp, chúng ta có thể có ý nghĩ lấy cắp vật đó từ anh ta hoặc nghĩ rằng chúng ta không được thèm muốn tài sản người hàng xóm mình. Những suy nghĩ phù hợp với luật pháp của Đức Chúa Trời mà rằng, "Hãy yêu người lân cận mình" và "Chớ thèm khát", ấy là những ý tưởng thuộc linh. Còn những ý tưởng kích động khiến chúng ta thù ghét và muốn lấy cắp là trái với luật pháp của Đức Chúa Trời; và do đó là những ý tưởng xác thịt.

Những suy nghĩ xác thịt là thù nghịch với Đức Chúa Trời; do đó chúng kìm hãm sự phát triển thuộc linh của chúng ta và chống lại Đức Chúa Trời. Nếu chúng ta theo những suy nghĩ xác thịt, chúng ta ngày càng xa Chúa, chịu thua thế tục, và cuối cùng phải đối mặt với những thử thách và đau đớn. Có rất nhiều điều mà chúng ta thấy, nghe và học được từ thế giới này. Nhiều thứ trong chúng nghịch với ý muốn của Chúa và khiến chúng ta xao lãng trong đức tin. Chúng ta phải nhận ra rằng những điều này đều là những suy nghĩ xác thịt thù nghịch với Đức Chúa Trời. Và một khi chúng ta khám phá ra những suy nghĩ đó, chúng ta cần loại bỏ chúng một cách triệt để. Cho dù điều đó có vẻ đúng đắn như thế nào đi chăng nữa, nếu không phù hợp với ý muốn của Đức Chúa Trời, thì đó là một suy nghĩ xác thịt, và do đó thù nghịch với Ngài.

Hãy xem xét trường hợp của Phi-e-rơ. Khi Chúa Giê-su nói cho các môn đệ biết về việc Ngài sẽ phải lên Giê-ru-sa-lem để chịu đóng đinh và sau đó sống lại vào ngày thứ ba, Phi-e-rơ liền can ngăn mà rằng, "Hỡi Chúa, Đức Chúa Trời nào nỡ vậy! Sự đó sẽ không xảy đến cho Chúa đâu!" (Ma-thi-ơ 16:22). Nhưng Chúa Giê-su phán, "Ớ Sa-tan, hãy lui ra đằng sau ta! Ngươi làm gương xấu cho ta; vì ngươi chẳng nghĩ đến việc Đức Chúa Trời, song nghĩ đến việc người ta." (Ma-thi-ơ 16:23).

Là môn đệ có vai trò như cánh tay phải của Chúa Giê-su, Phi-e-rơ nói ra điều này vì tình yêu dành cho thầy mình. Nhưng dù ý định của người tốt đến đâu, lời nói ấy đã đi ngược lại ý muốn của Chúa. Vì ý muốn của Đức Chúa Trời đối với Chúa Giê-su là nhận lấy thập hình để mở đường cứu rỗi, Chúa Giê-su đã đuổi Sa-tan, kẻ đang cố gắng đánh lạc hướng Phi-e-rơ bởi ý tưởng riêng của mình. Cuối cùng, khi trải nghiệm về sự chết và sự phục sinh của Chúa Giê-su, Phi-e-rơ đã nhận ra rằng những ý tưởng xác thịt thật vô ích và thù địch đối với Đức Chúa Trời là thế nào, ông ta đã đánh đổ hoàn toàn những ý tưởng ấy. Nhờ đó, Phi-e-rơ đã đóng vai trò then chốt trong việc truyền bá phúc âm của Chúa Giê-su Christ và xây dựng hội thánh đầu tiên trở nên vững chắc.

"Công bình riêng"—một trong những ý tưởng xác thịt hàng đầu

Trong số tất cả các loại ý tưởng xác thịt khác nhau, "công bình riêng" là một ví dụ điển hình. Nói cách đơn giản, "công bình riêng" tranh luận rằng mình là đúng. Sau khi một người được sinh ra, anh ta học được nhiều điều từ cha mẹ và thầy cô mình. Người ấy cũng học hỏi mọi thứ thông qua bạn bè và môi trường chung quanh mà người ấy tiếp xúc.

Nhưng cho dù cha mẹ và thầy cô của người ấy tuyệt vời đến mức nào, thì không dễ để người ta chỉ học biết lẽ thật. Có nhiều khả năng là người ta học được nhiều điều đi ngược lại ý muốn của Đức Chúa Trời. Tất nhiên mọi người đều cố gắng dạy những gì mình nghĩ là đúng; tuy nhiên, khi được phản ánh theo tiêu chuẩn công bình của Đức Chúa Trời, hầu hết mọi thứ đều giả dối. Hầu như không có gì là lẽ thật. Điều này là do không ai thiện lành ngoại trừ một mình Đức Chúa Trời (Mác 10:18; Lu-ca 18:19).

Chẳng hạn, Chúa bảo chúng ta phải lấy thiện trả ác. Ngài dạy chúng ta rằng nếu có ai bắt chúng ta phải đi một dặm với họ, thì hãy đi với người ấy hai dặm. Nếu họ lấy đi áo khoác của mình, hãy cho luôn họ áo trong nữa. Ngài dạy chúng ta rằng người hầu việc là trọng hơn; và rằng người cho và hy sinh là người thực sự dành chiến thắng cuối cùng. Nhưng những gì mọi người nghĩ về 'công bình' thì thường khác nhau giữa người này với người khác. Họ dạy chúng ta phải lấy ác trả ác, và chúng ta phải đứng lên chống lại cái ác đến tận cùng cay đắng cho đến khi chúng ta đánh bại nó.

Đây là một minh họa đơn giản. Con bạn đi qua nhà bạn bè

nó và trở về nhà khóc lóc. Khuôn mặt của nó trông giống như bị trầy xước bởi móng tay của ai đó. Đến nước này, hầu hết các bậc cha mẹ trở nên rất bối rối và bắt đầu trừng phạt con mình. Trong một số trường hợp nghiêm trọng, các bậc cha mẹ có thể nói, "Lần tới, đừng có cứ chịu đòn như vậy. Hãy đánh trả lại!" Họ dạy con mình rằng chịu đòn là một dấu hiệu của sự yếu đuối, hoặc thua cuộc.

Ngoài ra, có những người có thể bị bệnh. Bất kể người chăm sóc của họ có thể cảm thấy như thế nào, họ yêu cầu điều này và yêu cầu điều kia, cố gắng tự làm cho mình thoải mái hơn. Từ quan điểm của người bệnh, vì nỗi đau của họ rất lớn nên họ nghĩ rằng hành động của mình là hợp lý. Tuy nhiên, Đức Chúa Trời dạy chúng ta đừng tìm kiếm lợi ích cho bản thân, mà là tìm kiếm lợi ích cho người khác. Đây là sự khác biệt giữa ý tưởng của con người và ý tưởng của Đức Chúa Trời là thế nào. Tiêu chuẩn của con người về sự công bình và tiêu chuẩn về sự công bình của Đức Chúa Trời là rất khác nhau.

Trong Sáng thế ký 37:2, chúng ta thấy Giô-sép, xuất phát từ sự công bình riêng đã chỉ ra những hành động sai trái của anh em mình trước mặt cha hết lần nầy đến lần khác. Từ quan điểm của mình, ông không ưa những những việc làm sai trái của anh em ông. Nếu trong lòng Giô-sép có thêm một chút thiện lành, anh ta sẽ tìm kiếm sự khôn ngoan của Đức Chúa Trời và tìm ra giải pháp tốt hơn và hòa hiếu hơn cho vấn đề mà không làm anh em mình khó chịu. Tuy nhiên, vì sự công bình riêng của mình, ông đã bị anh em mình thù ghét, và bởi chính bàn tay của họ, ông đã bị bán làm nô lệ cho Ai Cập. Vì vậy, theo cách này, nếu chúng ta xúc phạm người khác vì những gì mình cho là 'côngn bình', thì chúng ta có thể gặp phải loại khổ nạn này.

Tuy nhiên, điều gì đã xảy ra với Giô-sép, sau khi anh ta nhận biết sự công bình của Đức Chúa Trời qua những thử thách và đau khổ mà ông đã phải đối mặt? Ông đã trừ bỏ sự công bình riêng của mình, vươn lên vị trí Quan Tổng Trấn xứ Ai Cập và được quyền cai trị trên nhiều người. Ông thậm chí còn cứu gia đình mình khỏi nạn đói lớn, kể cả những người anh em đã bán ông làm nô lệ. Ông cũng được sử dụng để lập nền tảng cho sự hình thành quốc gia Y-sơ-ra-ên.

Sứ đồ Phao-lô đã đánh đổ những ý tưởng xác thịt của mình

Trong Phi-líp 3:7-9, Phao-lô nói rằng, "Nhưng vì cớ Đấng Christ, tôi đã coi sự lời cho tôi như là sự lỗ vậy. Tôi cũng coi hết thảy mọi sự như là sự lỗ, vì sự nhận biết Đức Chúa Giê-su Christ là quí hơn hết, Ngài là Chúa tôi, và tôi vì Ngài mà liều bỏ mọi điều lợi đó. Thật, tôi xem những điều đó như rơm rác, hầu cho được Đấng Christ và được ở trong Ngài, được sự công bình, không phải công bình của tôi bởi luật pháp mà đến, bèn là bởi tin đến Đấng Christ mà được, tức là công bình đến bởi Đức Chúa Trời và đã lập lên trên đức tin..."

Sinh ra ở Tạt-sơ, thủ phủ của Ci-li-ci, Phao-lô là một công dân La Mã từ khi sinh ra. Có quyền công dân của La Mã một quốc gia thống trị thế giới thời bấy giờ có nghĩa là ông có quyền lực xã hội đáng kể. Thêm vào đó, Phao-lô là một người Pha-ri-si chính thống từ chi phái Ben-gia-min (Công vụ 22:3), và ông là học trò của Ga-ma-li-ên, một học giả nổi tiếng thời bấy giờ.

Là người Do Thái rất đỗi nhiệt thành, Phao-lô đã đi đầu trong việc bắt bớ những người tin theo Chúa Giê-su. Trong một sự kiện, khi ông trên đường đến Đa-mách để bắt giữ các Cơ Đốc nhân ở đó, khi ấy ông gặp Chúa Giê-su Christ. Qua cuộc gặp gỡ bất ngờ nầy, Phao-lô đã nhận ra hành động sai trái của mình và biết chắc rằng Chúa Giê-su Christ thực sự là Đấng Cứu Thế đích thực. Từ lúc đó, ông từ bỏ học thức, giá trị và địa vị xã hội của mình để theo Chúa.

Sau khi gặp Chúa Giê-su Christ, lý do nào khiến Phao-lô cho

rằng tất cả những thứ mà ông có được đều là sự lỗ? Ông nhận ra rằng tất cả kiến thức của mình đều đến từ con người, chỉ là những tạo vật, và do đó rất hạn chế. Ông cũng biết rằng con người có thể có được sự sống và vui hưởng hạnh phúc đời đời trên Thiên đàng bằng cách tin vào Đức Chúa Trời và tin nhận Chúa Giê-su Christ, sự khởi đầu của tri thức và mọi sự hiểu biết thực ra là Đức Chúa Trời.

Phao-lô nhận ra rằng tri thức học thuật về thế giới này chỉ cần để sống trong thế giới này, nhưng tri thức về Chúa Giê-su Christ là tri thức cao nhất có thể giải quyết vấn đề cơ bản của con người. Ông khám phá ra rằng trong sự hiểu biết về Chúa Giê-su Christ, có sức mạnh và uy quyền vô hạn, đáng giá, danh dự và sự giàu có. Vì có niềm tin vững chắc vào thực tế này, ông đã xem tất cả những học thức và hiểu biết của mình ở đời này đều là sự thua lỗ và rác rưởi. Điều này là để có được Đấng Christ và được tìm thấy từ nơi Ngài.

Nếu ai đó cứng rắn và nghĩ, "tôi biết", và anh ấy tự phụ, nghĩ rằng, "tôi luôn luôn đúng", thì người đó sẽ không bao giờ có thể khám phá ra con người thật của mình, và sẽ luôn nghĩ mình là người giỏi nhất. Kiểu người này sẽ không lắng nghe người khác với một tấm lòng khiêm nhường; do đó anh ta không thể học bất cứ điều gì, và anh ta không thể hiểu bất cứ điều gì. Tuy nhiên, Phao-lô đã gặp Chúa Giê-su Christ, người thầy vĩ đại nhất mọi thời đại. Và để biến những lời dạy của Ngài thành của riêng mình, ông đã trừ bỏ tất cả những ý tưởng xác thịt mà mình từng coi là hoàn toàn đúng đắn. Điều này là do Phao-lô đã phải loại bỏ những suy nghĩ xác thịt của mình để có được tri thức cao quý về Chúa Giê-su Christ.

Do đó, sứ đồ Phao-lô đã có thể đạt được sự công bình làm hài lòng Đức Chúa Trời, như ông đã thú nhận, "...được sự công bình, không phải công bình của tôi bởi luật pháp mà đến, bèn là bởi tin đến Đấng Christ mà được, tức là công bình đến bởi Đức

Chúa Trời và đã lập lên trên đức tin" (Phi-líp 3:9).

Sự công bình đến từ Đức Chúa Trời

Trước khi gặp Chúa, sứ đồ Phao-lô đã tuân thủ Luật pháp cách nghiêm chặt và ông tự coi mình là người công bình. Nhưng sau khi gặp Chúa và nhận được Đức Thánh Linh, ông đã khám phá ra con người thật của mình và thú nhận, "Đức Chúa Giê-su Christ đã đến trong thế gian để cứu vớt kẻ có tội, ấy là lời chắc chắn, đáng đem lòng tin trọn vẹn mà nhận lấy; trong những kẻ có tội đó ta là đầu" (1 Ti-mô-thê 1:15). Ông đã nhận ra rằng mình có cả nguyên tội lẫn kỷ tội / tội lỗi thực sự, và ông vẫn chưa thực hiện được tình yêu thiêng liêng đích thực. Nếu ngay từ đầu ông đã trở nên công bình và bước đi trong đức tin làm hài lòng Chúa, ông sẽ nhận ra Chúa Giê-su là ai và phục vụ Ngài ngay từ đầu. Tuy nhiên, ông đã không nhận ra Đấng Cứu Thế, và thay vào đó ông đã tham gia vào việc bắt bớ những người tin vào Chúa Giê-su. Vì vậy, trong tất cả thực tế, ông không khác gì những người Pha-ri-si đóng đinh Chúa Giê-su vào thập giá.

Trong thời Cựu Ước, người ta phải lấy mắt đến mắt và lấy răng đến răng. Theo Luật, nếu ai đó phạm tội giết người hoặc ngoại tình, người đó phải bị ném đá đến chết. Nhưng người Pha-ri-si không hiểu được tấm lòng thật của Đức Chúa Trời trong Luật pháp. Tại sao một Đức Chúa Trời yêu thương lại lập nên những luật lệ như vậy?

Trong thời Cựu Ước, Đức Thánh Linh không ngự trong lòng con người. Họ khó kiểm soát hành động của mình hơn những người đã nhận được Đức Thánh Linh, Đấng vùa giúp, trong thời Tân Ước. Do đó, tội lỗi có thể lây lan rất nhanh nếu không có quả báo mà chỉ có tha thứ. Vì lý do này, để ngăn chặn mọi người phạm tội và ngăn ngừa tội lỗi lây lan, họ đã phải trả giá bằng mạng sống, mắt đến mắt, răng đến răng và chân đến chân. Ngoài ra, giết người và ngoại tình là những tội ác nghiêm trọng, chỉ đơn thuần là theo tiêu chuẩn thế tục. Một người phạm phải những tội này có một tấm lòng rất chai lì. Sẽ rất khó để một người như vậy có thể từ bỏ đường lối mình. Vì người đó không thể được cứu rỗi, và đằng nào họ cũng sẽ sa vào địa ngục, nên việc anh ta bị ném đá và để hình phạt đó đóng vai trò là lời cảnh báo và làm bài học cho người khác sẽ là điều tốt hơn.

Đây cũng là tình yêu của Đức Chúa Trời, nhưng Đức Chúa Trời không bao giờ có ý định hay mong muốn con người có một hình thức đức tin tuân thủ luật pháp, nơi mà người ta phải lấy mắt đền mắt, và lấy răng đền răng. Trong Phục truyền luật lệ ký 10:16, Đức Chúa Trời phán rằng, "Vậy, hãy trừ sự ô uế của lòng mình đi, chớ cứng cổ nữa." Còn Giê-rê-mi 4:4 chép rằng, "Hỡi các ngươi, là người Giu-đa và dân cư Giê-ru-sa-lem, hãy tự cắt bì mình cho Đức Giê-hô-va, và cắt dương bì khỏi lòng ngươi! Bằng chẳng vậy, cơn giận ta sẽ phừng lên như lửa, đốt cháy các ngươi, không ai dập tắt được, vì việc ác các ngươi đã làm."

Chúng ta có thể thấy rằng ngay cả trong thời Cựu Ước, những tiên tri mà Chúa thừa nhận không có đức tin tuân thủ luật pháp. Điều này là vì những gì Đức Chúa Trời thực sự muốn ấy là tình yêu thiên thượng và lòng trắc ẩn. Giống như Chúa Giê-su Christ đã làm trọn Luật pháp bởi tình yêu, những tiên tri và tộc trưởng đã nhận được tình yêu và phước lành của Đức Chúa Trời luôn tìm kiếm tình yêu và sự hòa hiếu.

Trong trường hợp của Môi-se, khi các con cái của Y-sơ-ra-ên đứng trước bờ vực của sự chết bởi việc phạm một tội không thể tha thứ, ông đã cầu thay cho họ, khẩn xin Đức Chúa Trời đánh đổi sự cứu rỗi của mình cho họ. Tuy nhiên, Phao-lô không như vậy trước khi ông gặp Chúa Giê-su Christ. Ông không phải là người công bình trong mắt Đức Chúa Trời. Ông chỉ công bình theo mắt mình.

Chỉ sau khi gặp Chúa Giê-su Christ, ông mới xem tất cả những gì mình biết trước đó là thứ bỏ đi, và anh bắt đầu rao truyền tri thức cao quý về Đấng Christ. Vì tình yêu dành cho linh hồn, Phao-lô đã thiết lập hội thánh tại bất cứ nơi nào ông đặt chân đến, ông đã phó sự sống mình cho phúc âm. Ông đã sống một cuộc sống có giá trị và xứng đáng nhất.

Bởi ý tưởng xác thịt mình Sau-lơ không làm theo Đức Chúa Trời

Sau-lơ là ví dụ điển hình của một con người khởi sự chống lại Đức Chúa Trời vì những ý tưởng xác thịt của mình. Được xức dầu bởi Tiên tri Sa-mu-ên, Sau-lơ là vị vua đầu tiên của Y-sơ-ra-ên cai trị quốc gia trong 40 năm. Trước khi trở thành vua, ông là một người khiêm tốn. Nhưng sau khi lên ngôi vua, ông ngày càng trở nên kiêu ngạo hơn. Ví dụ, khi Y-sơ-ra-ên sẵn sàng nghênh chiến với người Phi-li-tin song Tiên tri Sa-mu-ên không đến đúng giờ hẹn, khiến dân chúng bắt đầu phân tán, mặc dù chỉ có thầy tế lễ mới được dâng tế lễ tại bàn thờ, Sau-lơ đã tự mình dâng lễ, theo ý mình, hành động trái với ý muốn của Đức Chúa Trời. Và khi Sa-mu-ên trừng phạt ông vì không quan tâm đến ranh giới thiêng liêng của thầy tế lễ, thay vì ăn năn, Sau-lơ đã nhanh chóng đưa ra lời bào chữa.

Còn khi Chúa truyền cho ông phải "Diệt hết những kẻ phạm tội kia, là dân A-ma-léc", ông không làm theo. Thay vì làm theo, Ông đã bắt sống vua. Thậm chí ông chọn cho mình một số vật nuôi và mang về nhà. Vì ông cho phép những ý tưởng xác thịt của mình xen vào, ông đã ưu tiên cho ý tưởng mình hơn lời Chúa. Không những vậy mà ông còn khiến dân chúng tung hô mình. Cuối cùng, Đức Chúa Trời quay mặt khỏi ông, và ông đã bị hành hạ bởi những tà linh. Nhưng ngay cả trong những hoàn cảnh này, ông vẫn không chịu từ bỏ sự ác, ông đã tìm cách giết Đa-vít, người mà Chúa đã xức dầu. Chúa đã cho Sau-lơ nhiều cơ hội để thực hiện một bước ngoặt, nhưng ông không thể trừ bỏ những ý tưởng xác thịt mình, và một lần nữa, ông lại không vâng lời Chúa. Cuối cùng, ông đã sa vào đường chết.

Con đường làm trọn sự công bình của Đức Chúa Trời bởi đức tin

Vậy thì làm thế nào chúng ta có thể trừ bỏ những suy nghĩ xác thịt thù nghịch với Đức Chúa Trời để trở nên công chính trước mặt Ngài? Chúng ta phải diệt trừ tất cả những xét đoán và đánh đổ các lý luận, mọi sự tự cao nổi lên nghịch cùng sự hiểu biết Đức Chúa Trời, và bắt hết các ý tưởng làm tôi vâng phục Đấng Christ (2 Cô-rinh-tô 10:5).

Vâng lời Đấng Christ không có nghĩa là bị xiềng xích hoặc phải chịu đau đớn. Đây là con đường phước hạnh và dẫn đến sự sống đời đời. Ấy là tại sao những người đã tin nhận Chúa Giê-su Christ làm Cứu Chúa mình, trải nghiệm tình yêu tuyệt vời của Đức Chúa Trời, làm theo Lời Ngài và cố gắng học theo tấm lòng của Ngài.

Vì vậy, để đạt được sự công bình của Đức Chúa Trời bởi qua đức tin nơi Chúa Giê-su Christ, chúng ta cần phải tránh xa bất cứ việc gì tựa như điều ác (1 Tê-sa-lô-ni-ca 5:22) và tìm cách hoàn thành sự thiện lành. Sẽ không có những ý tưởng xác thịt nếu chúng ta không có sự giả dối trong lòng. Chúng ta nhận lấy công việc của Sa-tan và đi theo con đường tà cho đến khi nào chúng ta vẫn còn sự giả dối trong mình. Do vậy, làm theo Đấng Christ là trừ bỏ sự giả dối khỏi lòng mình để hiểu biết và làm theo Lời Chúa.

Nếu Chúa bảo chúng ta hãy "dâng mình trong việc nhóm lại cùng nhau", bấy giờ không có sự can dự của ý tưởng riêng của mỗi người, chúng ta nên cống hiến hết mình để gặp nhau. Khi chúng ta tham dự các buổi thờ phượng, chúng ta nên hiểu đường lối của Đức Chúa Trời và làm theo. Tuy nhiên, chỉ vì chúng ta biết Lời Chúa không có nghĩa là chúng ta có thể đưa tất cả vào thực hành ngay. Chúng ta phải cầu nguyện để nhận được sức mạnh để đưa Lời Chúa vào hành động. Khi cầu nguyện, chúng ta trở nên đầy dẫy Đức Thánh Linh và có thể cắt đứt những suy nghĩ xác thịt. Nhưng nếu không cầu nguyện, những suy nghĩ xác thịt sẽ chiếm lấy chúng ta và khiến chúng ta lầm lạc.

Do đó, chúng ta nên cầu nguyện trong khi siêng năng cố gắng sống theo Lời Chúa. Trước khi chúng ta gặp Chúa Giê-su Christ, chúng ta có thể đã làm theo những ham muốn của xác thịt, mà rằng 'hãy nghỉ ngơi, hưởng thụ, hãy ăn uống và vui vẻ'. Nhưng sau khi gặp Chúa Giê-su Christ, chúng ta suy ngẫm về cách chúng ta có thể hoàn thành vương quốc và sự công bình của Ngài, chúng ta làm việc chăm chỉ để đem đức tin vào việc làm. Chúng ta nên khám phá và trừ bỏ những tệ ác như thù ghét và ghen tị là những thứ nghịch với Lời Chúa. Chúng ta nên học theo những gì Chúa Giê-su đã làm - yêu kẻ thù mình và khiêm nhu phục vụ người khác. Bấy giờ, điều này có nghĩa là chúng ta đạt được sự công bình của Đức Chúa Trời.

Tôi hy vọng rằng anh chị em sẽ có thể phá bỏ những xét đoán và mọi sự tự cao nổi lên lên chống lại sự hiểu biết về Đức Chúa Trời, và bắt mọi ý tưởng khiến chúng ta vâng phục Đấng Christ giống như sứ đồ Phao-lô đã làm, hầu cho chúng ta sẽ nhận được sự khôn ngoan và hiểu biết từ Đức Chúa Trời để trở thành một người công bình và thịnh vượng trong mọi sự.

Sự Công Bình bởi Đức Tin, Vâng Phục, và Việc Làm

Sự công bình bởi đức tin bằng cách tin vào Lời Đức Chúa Trời để nhìn thấy kết quả trong sự tích cực bằng con mắt đức tin thay vì chỉ đơn giản là nhìn thấy thực tế như hiện tại. Không phải dựa vào ý riêng và khả năng mình mà chỉ dựa vào Lời Đức Chúa Trời.

Sự công bình bởi sự vâng phục không chỉ là tuân theo một mệnh lệnh mà người ta có thể thực hiện bằng chính sức lực mình. Đó là, trong phạm vi lẽ thật, tuân theo ngay cả một mạng lệnh mà người ta cho là không thể thực hiện được. Nếu một người có sự công bình bởi đức tin, người đó cũng có thể thực hiện sự công bình bởi sự vâng lời. Một người đã hoàn thành sự công bình bởi sự vâng phục dựa trên sự công bình của đức tin có thể vâng phục bởi đức tin, ngay cả trong những trường hợp thực tế là không thể.

Sự công bình bởi việc làm là khả năng hành động theo ý Chúa mà không cần đưa ra bất kỳ lời bào chữa nào, miễn sao đó là điều Chúa muốn. Khả năng thực hiện sự công bình bởi việc làm khác nhau tùy theo mỗi người tùy thuộc vào từng tánh cách con người và tánh cách của tấm lòng. Càng xem thường lợi ích của riêng mình và tìm kiếm lợi ích vì người khác, người ta càng có có thể thực hiện được loại công bình này.

Chương 9

Người Được Chúa Khen

"Vì không phải ai tự đề cao mình là được chấp nhận, nhưng là người được Chúa khen."
(2 Cô-rinh-tô 10:18)

Bất kể chúng ta đang ở lĩnh vực nào, nếu chúng ta xuất sắc trong những gì chúng ta làm, chúng ta có thể được khen thưởng. Tuy nhiên, có một sự khác biệt giữa việc được một người ngẫu nhiên khen ngợi và được một chuyên gia trong lĩnh vực ấy khen ngợi. Vì vậy, nếu Chúa của chúng ta, Vua của các vua, Chúa của các chúa thừa nhận chúng ta, thì niềm vui đó sẽ không thể so sánh với bất cứ điều gì ở đời này!

Người được Chúa khen

Đức Chúa Trời khen ngợi những người có lòng ngay thẳng và có mùi hương thơm của Đấng Christ. Trong Kinh thánh, không có nhiều trường hợp Chúa Giê-su thổi phồng sự khen ngợi.

Nhưng khi khen ngợi, Ngài không nói thẳng mà thường gián tiếp theo cách diễn đạt như, "Ngươi đã làm điều phải lẽ." "Hãy nhớ điều này." "Hãy rao truyền điều này."

Trong Lu-ca chương 21, chúng ta thấy một góa phụ nghèo dâng hai đồng xu nhỏ. Chúa Giê-su khen ngợi bà đã dâng hết những gì mình có, mà rằng, "Quả thật, ta nói cùng các ngươi, mụ góa nghèo nầy đã bỏ vào nhiều hơn hết mọi người khác. Vì mọi người kia đều lấy của dư mình mà làm của dâng; nhưng mụ nầy thiếu thốn, mà đã dâng hết của mình có để nuôi mình" (c. 3-4).

Trong Mác chương 14, chúng ta bắt gặp cảnh một người phụ nữ đổ nước hoa đắt tiền lên đầu Chúa Giê-su. Một số người ở đó mắng cô về điều này, mà rằng, "Có thể bán dầu đó được hơn ba trăm đơ-ni-ê, mà bố thí cho kẻ khó khăn" (c. 5).

Về điều nầy, Chúa Giê-su đáp, "Hãy để mặc người; sao các ngươi làm rầy người mà chi? Người đã làm một việc tốt cho ta. Vì các ngươi hằng có kẻ khó khăn ở cùng mình, khi nào muốn làm phước cho họ cũng được; nhưng các ngươi chẳng có ta ở luôn với đâu. Người đã làm điều mình có thể làm được, đã xức xác ta trước để chôn. Quả thật, ta nói cùng các ngươi, trong khắp cả thế gian, hễ nơi nào Tin lành nầy được giảng ra, việc người đã làm cũng sẽ được nhắc lại để nhớ đến người" (c. 6-9).

Nếu muốn được Chúa khen như vậy, trước tiên chúng ta phải làm những gì mình nên làm. Vì vậy, chúng ta hãy nghiên cứu cụ thể hơn về những điều mà chúng ta là dân sự của Đức Chúa Trời nên làm.

Được Đức Chúa Trời chấp nhận

1) Siêng năng xây dựng một bàn thờ trước mặt Đức Chúa Trời

Sáng thế ký 12:7-8 cho biết, "Đức Giê-hô-va hiện ra cùng Áp-ram mà phán rằng: Ta sẽ ban cho dòng dõi ngươi đất nầy! Rồi tại đó Áp-ram lập một bàn thờ cho Đức Giê-hô-va, là Đấng đã hiện đến cùng người. Từ đó, người đi qua núi ở về phía đông Bê-tên, rồi đóng trại; phía tây có Bê-tên, phía đông có A-hi. Đoạn, người lập tại đó một bàn thờ cho Đức Giê-hô-va và cầu khẩn danh Ngài." Hơn nữa, trong Sáng thế ký 13:4 và 13:18, cũng có chép rằng Áp-ra-ham đã xây dựng một bàn thờ trước mặt Đức Chúa Trời.

Trong Sáng thế ký chương 28, chúng ta thấy sự ghi chép về cách Gia-cốp xây dựng một bàn thờ trước Chúa. Trong khi chạy trốn khỏi người anh trai đang cố tìm cách giết mình, Gia-cốp đã đến một nơi rồi ngủ thiếp đi với một hòn đá gối đầu. Trong giấc mơ, ông nhìn thấy một cái thang bắc từ dưới đất, đầu đến tận trời, các thiên sứ của Đức Chúa Trời đi lên xuống trên thang đó và ông nghe thấy tiếng của Chúa. Khi tỉnh dậy vào sáng hôm sau, Gia-cốp lấy hòn đá mà ông đã dùng để gối đầu, dựng lên như một cây trụ, đổ dầu lên và ngợi ca Chúa tại đó.

Theo thuật ngữ ngày nay, việc xây dựng một bàn thờ trước mặt Chúa tương đương với việc đi nhà thờ và tham dự các buổi thờ phượng. Đó là một của lễ chân thật với tất cả tấm lòng của chúng ta trong khi dâng lời tạ ơn; lắng nghe Lời Đức Chúa Trời và lấy nó làm thức ăn nuôi dưỡng tấm lòng chúng ta. Ấy là đem những gì chúng ta nghe áp dụng vào việc làm. Theo cách này, khi chúng ta thờ phượng bằng tâm linh và lẽ thật, và khi chúng ta thực hành Lời Chúa, Đức Chúa Trời lấy làm đẹp lòng và dẫn dắt chúng ta đến một cuộc sống phước hạnh.

2) Dâng lên những lời cầu nguyện mà Đức Chúa Trời muốn nghe

Cầu nguyện là hơi thở tâm linh. Đó là giao tiếp với Đức Chúa Trời. Tầm quan trọng của sự cầu nguyện được nhấn mạnh ở nhiều nơi khác nhau trong suốt Kinh thánh. Tất nhiên ngay cả khi chúng ta không thưa với Ngài từng chi tiết từng phút, Ngài đã biết mọi sự. Tuy nhiên, vì Ngài muốn tương giao và chia sẻ tình yêu với chúng ta, nên Đức Chúa Trời đã ban lời hứa trong Ma-thi-ơ 7:7, "Hãy xin, sẽ được."

Để linh hồn chúng ta thịnh vượng và được lên Thiên Đàng, chúng ta cần cầu nguyện. Chỉ khi chúng ta tràn đầy ân sủng và quyền năng của Đức Chúa Trời cùng sự đầy dẫy Đức Thánh Linh, chúng ta mới có thể trừ bỏ những ý tưởng xác thịt trái với lẽ thật và chúng ta mới có thể trở nên đầy dẫy lẽ thật là Lời Đức Chúa Trời. Ngoài ra, chúng ta cần cầu nguyện để trở thành một con người thuộc về lẽ thật, một con người thuộc linh. Bởi sự cầu nguyện, tất cả mọi sự sẽ thịnh vượng với chúng ta và chúng ta sẽ có sức khỏe tốt khi tâm linh chúng ta thịnh vượng.

Tất cả những người được Chúa yêu và thừa nhận là những người cầu nguyện. 1 Sa-mu-ên 12:23 chép rằng, "Còn ta đây, cũng chẳng phạm tội cùng Đức Giê-hô-va mà thôi cầu nguyện cho các ngươi". Để nhận được một điều gì đó từ Đức Chúa Trời mà không thể có được bởi sức của con người, chúng ta cần giao thông với Chúa. Đa-ni-ên, Phi-e-rơ và sứ đồ Phao-lô hết thảy đều là những người cầu nguyện. Chúa Giê-su cầu nguyện vào sáng sớm và đôi khi suốt đêm. Câu chuyện về cách Ngài cầu nguyện cho đến khi mồ hôi của Ngài trở nên như những giọt máu tại Ghết-sê-ma-nê là câu chuyện được mọi người biết đến.

3) Hãy có đức tin để nhận lãnh sự đáp lời

Trong Ma-thi-ơ chương 8, có một thầy đội đến gặp Chúa Giê-su. Vào thời điểm Y-sơ-ra-ên bị La Mã chiếm đóng. Một thầy đội của quân đội La Mã sẽ tương đương với một sĩ quan quân đội cấp cao hiện nay. Thầy đội đã cầu xin Chúa Giê-su chữa lành cho người đầy tớ mình đang bị bại liệt. Chúa Giê-u đã nhìn thấy tình yêu và đức tin của thầy đội, Ngài quyết định đi đến chữa lành cho người đầy tớ nầy.

Song người thầy đội đã xưng nhận đức tin như sau, "Lạy Chúa, tôi chẳng đáng rước Chúa vào nhà; xin Chúa chỉ phán một lời, thì đầy tớ tôi sẽ được lành. Vì tôi ở dưới quyền người khác, tôi cũng có quân lính dưới quyền tôi nữa; tôi biểu tên nầy rằng: Hãy đi! Thì nó đi; biểu tên kia rằng: Hãy đến! Thì nó đến; và dạy đầy tớ tôi rằng: Hãy làm việc nầy! Thì nó làm."(Ma-thi-ơ 8:8-9).

Thấy đức tin và sự khiêm tốn của thầy đội là rất quý giá, Chúa Giê-su liền phán, "Quả thật, ta nói cùng các ngươi, ta chưa hề thấy ai trong dân Y-sơ-ra-ên có đức tin lớn dường ấy" (c. 10). Nhiều người mong muốn có được đức tin này, nhưng chúng ta không thể có theo ý mình muốn. Chúng ta càng có nhiều sự nhân từ trong lòng và chúng ta càng làm theo Lời Chúa, nhờ đó mà Đức Chúa Trời ban cho chúng ta loại đức tin mà mình ao ước. Vì thầy đội có một tấm lòng nhân hậu, những gì ông đã thấy và nghe về Chúa Giê-su, thì ông tin như vậy. Theo cách này, Đức Chúa Trời khen ngợi bất cứ ai tin và làm theo, Đức Chúa Trời vận hành theo như đức tin của họ.

4) Hãy có tấm lòng khiêm nhường trước mặt Đức Chúa Trời

Trong Mác chương 7, một người đàn bà Gờ-réc, dân Sy-rô-phê-ni-xi đến trước Chúa Giê-su với một tấm lòng khiêm nhường, mong muốn Ngài chữa lành cho đứa con gái bị quỷ ám. Khi người phụ nữ cầu xin Ngài chữa lành cho con gái mình, Chúa Giê-su đáp, "Hãy để con cái ăn no nê trước đã; vì không lẽ lấy bánh của con cái quăng cho chó"(c. 27). Người nữ nầy không giận hay cảm thấy bị xúc phạm, mặc dù bà bị đem so sánh với một con chó.

Vì bà tràn đầy khát khao nhận lãnh sự đáp lời bất luận mọi

sự, và vì bà tin vào Chúa Giê-su, chính là Chân lý, bà tự hạ mình cách khiêm nhường và tiếp tục cầu xin, "Lạy Chúa, hẳn vậy rồi; nhưng mà chó dưới bàn ăn mấy miếng bánh vụn của con cái" (câu 28). Chúa Giê-su cảm động vì đức tin và sự khiêm nhường của bà, Ngài đã đáp lời sự cầu xin ấy mà phán rằng, "Hãy đi, vì lời ấy, quỉ đã ra khỏi con gái ngươi rồi" (câu 29). Chúng ta cần có sự khiêm nhường này trước Chúa khi chúng ta tìm kiếm và cầu nguyện.

5) Gieo bởi đức tin

Gieo bởi đức tin cũng là một phần của sự công bình, mà Đức Chúa Trời khen ngợi. Nếu muốn trở nên giàu có, hãy gieo theo luật gieo và gặt. Điều này được áp dụng nhiều nhất khi nói đến việc dâng phần mười và lễ tạ ơn. Ngay cả khi chúng ta nhìn vào quy luật tự nhiên, chúng ta có thể thấy rằng người ta gặt hái những gì họ gieo. Nếu gieo lúa mì, thì sẽ gặt lúa mì, nếu gieo đậu, sẽ gặt đậu. Nếu gieo ít, sẽ gặt được ít, và nếu gieo nhiều, sẽ gặt được nhiều. Nếu gieo trên đất màu mỡ, sẽ gặt được quả tốt; càng cắt tỉa và chăm sóc cách siêng năng hơn, vụ mùa mà chúng ta gặt hái được sẽ chất lượng hơn.

Của lễ chúng ta dâng lên cho Chúa được sử dụng để cứu các linh hồn hư mất, xây dựng nhà thờ, và các chức vụ hỗ trợ và giúp đỡ người nghèo. Đây là lý do tại sao chúng ta có thể bày tỏ tình yêu của mình đối với Đức Chúa Trời thông qua các của lễ. Các của dâng được sử dụng để hoàn thành vương quốc Đức Chúa Trời và sự công bình của Ngài, vì vậy, Đức Chúa Trời vui nhận những của dâng này và ban phước lại cho chúng ta gấp 30, 60 hoặc 100 lần. Đức Chúa Trời là Đấng Tạo Hóa có thiếu sự gì mà Ngài bảo chúng ta dâng của lễ cho Ngài? Ngài ban cho chúng ta cơ hội để gặt hái những gì chúng ta gieo và nhận được phước lành từ Ngài!

Như có chép trong 2 Cô-rinh-tô 9:6-7, "Hãy biết rõ điều đó, hễ ai gieo ít thì gặt ít, ai gieo nhiều thì gặt nhiều. Mỗi người nên tùy theo lòng mình đã định mà quyên ra, không phải phàn nàn hay là vì ép uổng; vì Đức Chúa Trời yêu kẻ dâng của cách vui lòng."

6) Luôn tin tưởng và trông cậy vào Đức Chúa Trời

Đa-vít luôn cầu vấn Đức Chúa Trời, vì vậy Ngài đã dẫn dắt ông và giúp ông tránh được nhiều gian nan thử thách. Đa-vít cầu hỏi Chúa, "Con có nên làm điều này, hay làm điều kia chăng?" Đặc biệt là hầu hết mọi sự, ông đều làm theo sự chỉ dẫn của Ngài (xem 1 Sa-mu-ên chương 23). Đó là lý do tại sao ông có thể chiến thắng rất nhiều trận chiến. Đây là lý do tại sao Đức Chúa Trời yêu thương con cái của Ngài là những người luôn tin cậy và cầu xin sự chỉ dẫn của Ngài nhiều hơn. Tuy nhiên, nếu chúng ta gọi Đức Chúa Trời là Cha, nhưng vẫn tin tưởng vào thế gian hoặc tri thức của mình hơn Chúa, thì Ngài không thể giúp chúng ta.

Chúng ta càng ở trong lẽ thật, chúng ta càng có thể cầu vấn Chúa và Ngài có thể khen chúng ta nhiều hơn. Trong bất cứ điều gì chúng ta làm, chúng ta nên trau dồi sự khôn ngoan của việc tìm kiếm Đức Chúa Trời trước hết và sau đó chờ đợi để nhận lãnh sự đáp lời và hướng dẫn từ nơi Ngài.

7) Vâng phục Lời Đức Chúa Trời

Bởi vì Chúa có truyền cho chúng ta, "Hãy giữ ngày Sa-bát đặng làm nên ngày thánh," vì vậy chúng ta nên đến nhà thờ, thờ phượng, có mối tương giao với các tín hữu và dành cả ngày cho sự thánh thiện. Và bởi vì Ngài truyền bảo chúng ta, "Hãy vui mừng luôn, và dâng lời tạ ơn trong mọi sự," chúng ta nên vui mừng và biết ơn bất kể hoàn cảnh nào xảy ra. Những người vâng giữ các điều răn này trong lòng và làm theo, nhận được phước lành của việc luôn luôn ở trong sự hiện diện của Chúa.

Nhờ vâng lời, Phi-e-rơ, môn đệ Chúa Giê-su, đã gặp một sự kiện khác thường. Để trả thuế đền thờ, Chúa Giê-su bảo Phi-e-rơ "Hãy ra biển câu cá, bắt lấy con cá nào dính câu trước hết, banh miệng nó ra, sẽ thấy một đồng bạc ở trong. Hãy lấy đồng bạc đó, và đem nộp thuế cho ta với ngươi" (Ma-thi-ơ 17:27). Nếu Phi-e-rơ chẳng chịu tin theo Chúa Giê-su và không ra biển để bắt cá, thì ông không thể trải nghiệm được sự kiện tuyệt vời này. Nhưng Phi-e-rơ đã vâng lời và đi câu, ông đã trải nghiệm được quyền năng tuyệt vời của Đức Chúa Trời.

Tất cả các công việc của đức tin được ghi lại trong Kinh Thánh đều giống nhau. Khi Đức Chúa Trời hành động, Ngài vận hành theo lượng đức tin mà người ấy có được. Ngài không ép buộc người có ít đức tin phải vâng phục vượt quá khả năng của mình. Trước tiên Ngài ban cho người đó cơ hội để trải nghiệm quyền năng Ngài bởi việc vâng phục một điều gì đó nhỏ bé, và sau đó Ngài thêm lên cho người ấy một chút đức tin thuộc linh thông qua việc đó. Vì vậy, lần tới, người đó sẽ có thể vâng lời Ngài với một điều gì đó lớn hơn một chút.

Đóng đinh những đam mê và ham muốn của mình trên thập giá

Cho đến nay chúng ta đã nghiên cứu về những điều mình phải làm để được công nhận, tuyên dương và được xưng công bình trước mặt Chúa. Hơn nữa, khi chúng ta đóng đinh những đam mê và ham muốn xác thịt của mình trên thập tự giá, Đức Chúa Trời coi đó là sự công bình và khen ngợi chúng ta. Nhưng tại sao đam mê và ham muốn lại được xem là tội lỗi? Ga-la-ti 5:24 chép rằng, "Vả, những kẻ thuộc về Đức Chúa Giê-su Christ đã đóng đinh xác thịt với tình dục và dâm dục mình trên thập tư giá rồi." Điều này nói rằng chúng ta nên cương quyết dứt bỏ những sự ấy.

"Đam mê" là sự cho và nhận của một tấm lòng. Đó là sự gần gũi mà người ta cảm nhận đối với một người nào đó khi họ làm quen và xây dựng mối quan hệ với người ấy. Điều này không chỉ đúng với hai người tỏ tình nhau mà còn với gia đình, bạn bè và hàng xóm. Nhưng vì những niềm đam mê này, chúng ta có thể dễ dàng trở nên thiên vị và hẹp hòi. Ví dụ, hầu hết mọi người không tha thứ khi một người hàng xóm mắc một lỗi nhỏ, nhưng khi con cái họ mắc lỗi tương tự, họ sẽ tha thứ và thấu hiểu hơn nhiều. Nhưng những đam mê xác thịt này không giúp cho một quốc gia, một gia đình hay một cá nhân đứng vững trong sự công bình.

'Ham muốn' cũng vậy. Ngay cả Đa-vít, người rất được Chúa yêu, cuối cùng đã phạm phải tội lỗi nghiêm trọng là giết người chồng vô tội của Bát-sê-ba, để che giấu sự thật rằng ông đã ngoại tình với bà. Chính trong những cách này, những đam mê và ham muốn xác thịt sinh ra tội lỗi, và tội lỗi dẫn đến con đường chết. Khi tội lỗi được thực hiện, tội nhân chắc chắn sẽ nhận lấy sự báo thù.

Trong Giô-suê chương 7, chúng ta bắt gặp sự kiện bi thảm xảy ra do ham muốn xác thịt của một con người. Sau cuộc Xuất hành ra khỏi Ai Cập, trong quá trình chinh phục vùng đất Ca-na-an, dân Y-sơ-ra-ên đã vượt sông Giô-đanh và giành được một chiến thắng lớn chống lại thành Giê-ri-cô. Tuy nhiên, sau đó, họ đã bị đánh bại trong trận chiến chống lại thành A-hi. Khi người Y-sơ-ra-ên tìm hiểu nguyên nhân của sự thất bại này, họ phát hiện ra rằng một người đàn ông tên A-can đã đem lòng tham muốn mà giấu một chiếc áo choàng cùng một số vàng và bạc trong số những thứ đã thu được từ thành Giê-ri-cô. Đức Chúa

Trời truyền cho dân Y-sơ-ra-ên không được lấy bất cứ thứ gì họ mà thu được từ Giê-ri-cô để làm của riêng, nhưng A-can đã không vâng lời.

Vì tội của A-can, nhiều người Y-sơ-ra-ên phải chịu đau khổ; cuối cùng, A-can cùng cả nhà người đều bị ném đá chết. Chỉ cần một lượng nhỏ men đủ làm hỏng cả ổ bánh, một người, A-can, đã khiến cả cộng đoàn Y-sơ-ra-ên thất bại. Đó là lý do tại sao Đức Chúa Trời xử ông cách nghiêm khắc. Thoạt tiên chúng ta có thể suy nghĩ rằng, "Thế nào Đức Chúa Trời lại có thể xử tử ai đó chỉ vì tội ăn cắp một chiếc áo và một số vàng bạc?" Tuy nhiên, có một lý do chính đáng cho những gì đã xảy ra.

Nếu một người nông dân, sau khi gieo xong, nhìn thấy một số cỏ dại trên mặt đất và nghĩ, thì "Ồ, đó chỉ là một vài…" và cứ để mặc chúng, chẳng bao lâu, cỏ dại sẽ mọc lên và hãm ép cây trồng, người nông dân sẽ không thể gặt hái được mùa màng tốt. Đam mê và ham muốn giống như cỏ dại, vì vậy chúng trở thành chướng ngại vật trên đường đến Thiên đàng và con đường nhận được sự đáp lời từ Đức Chúa Trời. Chúng là những phiền nhiễu đau đớn và vô ích không phục vụ mục đích tốt. Đây là lý do tại sao Chúa bảo chúng ta 'đóng đinh những thứ này vào thập tự giá'.

Mặt khác, A-sa, vị vua thứ ba của vương quốc miền nam Giu-đa, đã nghiêm khắc trừ bỏ những đam mê và ham muốn của mình, nhờ đó làm hài lòng Đức Chúa Trời (1 Các vua chương 15). Giống như tổ phụ mình, Đa-vít, A-sa đã làm điều ngay thẳng trước mặt Đức Chúa Trời và tống khứ hoàn toàn các thần tượng ra khỏi đất nước mình. Ông cũng cất chức thái-hậu khỏi Ma-a-ca, bà nội mình, bởi vì bà có dựng tượng Át-tạt-tê. Sau đó, A-sa đánh hạ hình-tượng của bà, đốt tại trong trũng Xết-rôn.

Chúng ta có thể nghĩ A-sa đã hành động quá đáng trong việc cất chức thái-hậu khỏi bà nội mình, không còn là mẹ của nữ hoàng chỉ vì bà thờ thần tượng, và thậm chí chúng ta có thể nghĩ

A-sa là một đứa con không hiếu kính. Tuy nhiên, A-sa làm như vậy vì ông đã yêu cầu bà nhiều lần về việc không thờ thần tượng. Tuy nhiên, bà đã không nghe theo. Nếu chúng ta nhìn vào tình huống qua con mắt tâm linh, xem xét địa vị của Ma-a-ca, thì việc thờ thần tượng của bà giống như cả đất nước thờ thần tượng. Điều này cuối cùng có thể mang lại sự phẫn nộ của Đức Chúa Trời trên đất nước này. Đó là lý do tại sao Chúa khen ngợi hành động của A-sa về việc trừ bỏ đam mê xác thịt của bà nội mình. Ngài thừa nhận việc ngăn chặn nhiều người phạm tội chống lại Đức Chúa Trời là công bình.

Việc này không có nghĩa là A-sa cắt đứt quan hệ với bà mình. Ông chỉ cất bà ra khỏi vị trí mẹ của nữ hoàng. Là cháu trai của bà, ông tiếp tục yêu thương, tôn trọng và phục vụ bà. Theo cùng một cách, nếu ai đó tình cờ có cha mẹ thờ cúng thần tượng, người ấy nên làm tất cả những gì có thể để lay động lòng họ bằng cách làm tất cả những gì mà một người con có thể làm. Hết khi này đến khi khác cầu xin Đức Chúa Trời ban cho sự khôn ngoan, hầu cho có thể chia sẻ phúc âm với họ và khuyến khích họ thoát khỏi thần tượng mình. Bấy giờ Đức Chúa Trời sẽ đẹp lòng.

Các tổ phụ, những người công chính trước mặt Đức Chúa Trời

Chúa khen ngợi sự vâng phục hoàn toàn. Ngài cũng bày tỏ quyền năng của Ngài đối với những người hành động trong sự vâng phục hoàn toàn. Loại vâng phục mà Đức Chúa Trời hài lòng là sự vâng phục ngay cả khi dường như không thể. Trong 2 Các vua chương 5, chúng ta thấy có sự ghi chép về Na-a-man, quan tổng binh của vua Sy-ri.

Quan tổng binh Na-a-man đến đất nước láng giềng của mình để thăm tiên tri Ê-li-sê với hy vọng được chữa lành bệnh phung. Ông đã mang theo tặng phẩm, thậm chí là một lá thư từ nhà vua!

Tuy nhiên, khi đến nơi, Ê-li-sê thậm chí không ra chào. Thay vào đó, Ê-li-sê đã sai một sứ giả đến bảo ông đi tắm ở sông Giô-đanh bảy lần. Cảm thấy khá khó chịu, Na-a-man sẵn sàng trở về nhà. Nhưng trước sự thuyết phục của người hầu, Na-a-man hạ thấp niềm kiêu hãnh và vâng lời. Ông đã tắm mình tại sông Giô-đanh bảy lần. Một con người đứng thứ nhì chỉ sau vua Sy-ri phải rất khó khăn mới có thể hạ mình mà làm theo điều này, sau khi bị đối xử theo cách của Ê-li-sê.

Bấy giờ Ê-li-sê đã làm phần việc của mình vì ông biết rằng Chúa sẽ chữa lành cho Na-a-man sau khi người trước hết thể hiện đức tin của mình thông qua sự vâng lời. Đức Chúa Trời, Đấng đẹp lòng với sự vâng lời của chúng ta chứ không phải của lễ, đã đẹp lòng với việc làm bởi đức tin của Na-a-man và chữa lành hoàn toàn cho ông khỏi bệnh phung. Đức Chúa Trời coi sự vâng phục là điều quý giá vô cùng, Ngài rất hài lòng với những ai hành động trong sự công bình.

Đức Chúa Trời cũng rất đẹp lòng trong đức tin của những người không tìm kiếm lợi ích riêng của họ, và những người không thỏa hiệp với thế gian. Trong Sáng thế ký chương 23, khi Áp-ra-ham muốn chôn cất Sa-ra tại hang đá Mặc-bê-la, chủ nhà đã cố gắng trao tặng đất cho Áp-ra-ham. Tuy nhiên, Áp-ra-ham không chấp nhận điều đó. Áp-ra-ham không có lòng tìm kiếm lợi ích cho mình. Đó là lý do ông muốn trả đúng giá để mua mảnh đất trước khi nhận nó.

Khi Sô-đôm bị đánh bại trong cuộc chiến, Lót cháu trai của ông bị bắt, Áp-ra-ham không chỉ cứu cháu mình, mà còn cứu những người khác ở Sô-đôm, ông cũng trả lại tài sản của họ. Khi vua Sô-đôm cố gắng đáp lại ông để bày tỏ lòng cảm kích của mình trước những gì ông đã làm, Áp-ra-ham đã từ chối. Ông không nhận lấy bất cứ điều gì. Vì tấm lòng ngay thẳng của mình, ông không có bất kỳ sự tham lam nào, hoặc ham muốn có được bất cứ điều gì không thuộc về mình.

Trong Đa-ni-ên chương 6, chúng ta thấy Đa-ni-ên biết rất rõ rằng bởi việc cầu nguyện với Chúa, ông sẽ bị giết vì những kẻ đã âm mưu chống lại ông. Nhưng dẫu vậy, ông vẫn giữ sự công chính của mình trước Chúa bằng cách không ngừng cầu nguyện. Ông đã không thỏa hiệp ngay cả chỉ trong một lúc để cứu lấy mạng sống mình. Vì hành động nầy, ông đã bị ném vào hang sư tử. Nhưng ông bình an vô sự, hoàn toàn được bảo vệ. Ông đã làm chứng cho Đức Chúa Trời hằng sống và tôn vinh Ngài.

Mặc dù bị buộc tội cách sai trái và bị nhốt tù vô cớ, Giô-sép không phàn nàn hay oán giận ai (Sáng thế ký chương 39). Ông giữ mình trong sạch, không thỏa hiệp với sự gian dối, và chỉ đi theo con đường công chính. Vì vậy, theo kỳ định và đường lối của Đức Chúa Trời, ông được giải thoát khỏi chốn lao tù và được lập lên cầm quyền cả xứ Ê-díp-tô.

Vì vậy, chúng ta phải phụng sự Chúa, và trở nên công chính trước Chúa bằng cách làm những việc cần phải làm. Chúng ta cũng phải làm hài lòng Chúa bằng cách làm những việc mà Chúa sẽ khen ngợi chúng ta. Khi chúng ta làm điều này, Chúa sẽ vực chúng ta lên, đáp lời những gì lòng chúng ta mong muốn và dẫn dắt chúng ta sống đời sống thịnh vượng.

Sự khác nhau giữa 'Áp-ram' and 'Áp-ra-ham'

'Á-ram' là tên ban đầu của Áp-ra-ham, tổ phụ đức tin (Sáng thế ký 11:26).

'Áp-ra-ham', có nghĩa là 'cha của nhiều dân tộc', là tên mà Đức Chúa Trời đã đặt cho Áp-ram, để lập giao ước phước hạnh với ông (Sáng thế ký 17:5). Theo giao ước này, ông trở thành nguồn phước là tổ phụ đức tin. Và ông được gọi là 'bạn của Đức Chúa Trời'.

Phước hạnh nhận, lắc cho đầy tràn, và phước hạnh của sự nhân bội gấp 30, 60, và 100 lần

Chúng ta nhận được phước lành từ Đức Chúa Trời tùy theo lượng đức tin mà chúng ta đặt để nơi Lời của Ngài và đưa vào hành động trong đời sống mình. Mặc dù chúng ta có thể không loại bỏ hết bản chất tội lỗi khỏi lòng mình, nhưng khi chúng ta gieo và tìm kiếm bởi đức tin, chúng ta nhận được các phước lành nhận, lắc cho đầy tràn, nhiều hơn bội phần những gì chúng ta đã gieo (Lu-ca 6:38). Nhưng nếu chúng ta nên thánh và trở nên con người thuộc linh bằng cách tranh chiến chống lại tội lỗi đến mức phải đổ máu để loại bỏ chúng hoàn toàn, thì chúng ta có thể gặt hái phước lành gấp hơn 30 lần. Và nếu chúng ta tiến xa hơn để trở nên thánh khiết trọn vẹn, chúng ta có thể gặt hái phước lành gấp 60, hoặc thậm chí 100 lần.

Chương 10

Phước Hạnh

"Và, Đức Giê-hô-va có phán cùng Áp-ram rằng: Ngươi hãy ra khỏi quê hương, vòng bà con và nhà cha ngươi, mà đi đến xứ ta sẽ chỉ cho. Ta sẽ làm cho ngươi nên một dân lớn; ta sẽ ban phước cho ngươi, cùng làm nổi danh ngươi, và ngươi sẽ thành một nguồn phước. Ta sẽ ban phước cho người nào chúc phước ngươi, rủa sả kẻ nào rủa sả ngươi; và các chi tộc nơi thế gian sẽ nhờ ngươi mà được phước. Rồi, Áp-ram đi, theo như lời Đức Giê-hô-va đã phán dạy; Lót đồng đi với người. Khi Áp-ram ra khỏi Cha-ran, tuổi người được bảy mươi lăm."
(Sáng thế ký 12:1-4)

Chúa muốn ban phước cho mọi người. Nhưng có những trường hợp Chúa chọn ai đó để ban phước, và có những trường hợp có người tự mình chọn bước vào bên trong mộc giới phước lành của Chúa. Một số người chọn bước vào những phước lành của Chúa, nhưng sau đó lìa bỏ. Và sau đó có những người không liên quan gì đến phước lành. Trước tiên, hãy nhìn vào những trường hợp mà Chúa chọn ai đó để ban phước.

Áp-ra-ham, Tổ Phụ Đức Tin

Đức Chúa Trời là đầu tiên và cuối cùng, bắt đầu và kết thúc. Ngài đã thiết kế nên dòng chảy lịch sử nhân loại và Ngài cũng tiếp tục điều khiển nó. Ví dụ, chúng ta sắp xây một ngôi nhà. Chúng ta đưa ra một thiết kế bằng cách ước tính thời gian thi công sẽ mất bao lâu, loại vật liệu nào sẽ được sử dụng, cần đến bao nhiêu thép bao nhiêu bê tông, và bao nhiêu trụ cột. Vậy nên, nếu nhìn vào lịch sử nhân loại là nhà mà Đức Chúa Trời xây, có một số người chủ chốt giống như 'trụ cột' của nhà ấy.

Để thực hiện sự quan phòng của Ngài, Đức Chúa Trời chọn một số người nhất định để nói với người khác rằng Đức Chúa Trời thực sự là một Đức Chúa Trời hằng sống, Thiên đàng và Địa ngục thực sự tồn tại. Đây là lý do tại sao Đức Chúa Trời chọn những người này để làm trụ cột. Và chúng ta có thể thấy họ khá khác biệt với những người bình thường về mặt chuẩn bị tấm lòng và niềm say mê của họ đối với Chúa. Một trong những người này là Áp-ra-ham.

Ông sống vào khoảng bốn ngàn năm trước. Ông được sinh ra tại U-rơ xứ Canh-đê. U-rơ là một thành phố cổ của người Su-me nằm ở hạ lưu và trên bờ tây của sông Ơ-phơ-rát trong cái nôi của nền văn minh Mê-sô-phô-ta-min.

Áp-ra-ham rất được Chúa yêu mến và thừa nhận đến mức ông được gọi là "bạn của Đức Chúa Trời". Ông vui hưởng đủ các loại phước lành từ Đức Chúa Trời bao gồm con cháu, sự giàu có, sức khỏe và sống lâu. Không chỉ vậy, nhưng như Đức Chúa Trời có phán trong Sáng thế ký 18:17, "Lẽ nào ta giấu Áp-ra-ham điều chi ta sẽ làm sao?" Đức Chúa Trời đã bày tỏ cách tỏ tường cho Áp-ra-ham ngay cả những sự kiện sẽ xảy ra trong tương lai.

Đức Chúa Trời xem đức tin là sự công bình và ban phước cho

Chúng ta nghĩ Chúa thấy gì nơi Áp-ra-ham khiến Ngài hài lòng đến nỗi Ngài đã đổ rất nhiều phước lành cho ông? Sáng thế ký 15:6 chép rằng, "Áp-ram tin Đức Giê-hô-va, thì Ngài kể sự đó là công bình cho người." Đức Chúa Trời xem đức tin của Áp-ra-ham là sự công bình.

Đức Chúa Trời phán cùng ông, "Ngươi hãy ra khỏi quê hương, vòng bà con và nhà cha ngươi, mà đi đến xứ ta sẽ chỉ cho. Ta sẽ làm cho ngươi nên một dân lớn; ta sẽ ban phước cho ngươi, cùng làm nổi danh ngươi, và ngươi sẽ thành một nguồn phước" (Sáng thế ký 12:1-2). Đức Chúa Trời không bảo với ông chính xác nơi nào để đi đến, hoặc giải thích loại đất nào ông nên mong đợi. Ngài không ban cho ông một kế hoạch chi tiết về cách ông nên sống sau khi rời quê hương. Ngài chỉ đơn giản bảo ông ra khỏi.

Điều gì xảy ra nếu Áp-ra-ham có những suy nghĩ xác thịt? Rõ ràng là một khi lìa khỏi nhà cha mình, ông sẽ trở thành một kẻ lang thang và một người không có mục đích. Có lẽ ông đã bị nhiều người cười khinh. Nếu quan tâm đến những điều này, có thể ông đã không làm như vậy. Tuy nhiên, Áp-ra-ham không bao giờ nghi ngờ lời hứa phước hạnh của Chúa. Ông chỉ tin vào Ngài. Do đó ông đã vâng lời vô điều kiện và lìa khỏi nhà cha mình. Đức Chúa Trời biết rõ con người của Áp-ra-ham thuộc loại bình chứa nào, và đây là lý do tại sao Chúa hứa rằng Ngài sẽ khiến từ ông sẽ ra một nước lớn. Chúa cũng hứa rằng ông sẽ trở thành một nguồn phước.

Đức Chúa Trời cũng hứa cùng Áp-ra-ham trong Sáng thế ký 12:3, "Ta sẽ ban phước cho người nào chúc phước ngươi, rủa sả kẻ nào rủa sả ngươi; và các chi tộc nơi thế gian sẽ nhờ ngươi mà được phước." Sau này, khi Chúa thấy Áp-ra-ham đã từ bỏ quyền lợi mình và hy sinh cho Lót là cháu trai mình, Chúa đã ban cho ông một lời chúc phước khác. Sáng thế ký 13:14-16 chép rằng, "Hãy nhướng mắt lên, nhìn từ chỗ ngươi ở cho đến phương bắc, phương nam, phương đông và phương tây: Vì cả xứ nào ngươi thấy, ta sẽ ban cho ngươi và cho dòng dõi ngươi đời đời. Ta sẽ làm cho dòng dõi ngươi như bụi trên đất; thế thì, nếu kẻ nào đếm đặng bụi trên đất, thì cũng sẽ đếm đặng dòng dõi ngươi vậy." Đức Chúa Trời cũng hứa cùng ông trong Sáng thế ký 15:4-5, "… ai ở trong gan ruột ngươi ra, sẽ là người kế nghiệp ngươi. Đoạn, Ngài dẫn người ra ngoài và phán rằng: Ngươi hãy ngó lên trời, và nếu ngươi đếm được các ngôi sao thì hãy đếm đi. Ngài lại phán rằng: Dòng dõi ngươi cũng sẽ như vậy."

Sau khi ban cho Áp-ra-ham những giấc mơ và khải tượng này, Đức Chúa Trời đã đem Áp-ra-ham bước vào nhiều thử thách. Tại sao chúng ta cần thử nghiệm? Hãy nói rằng một huấn luyện viên chọn một vận động viên có tiềm năng lớn, đủ để đại diện cho đất nước của anh ta tại Thế vận hội. Nhưng vận động viên này không thể tự động trở thành một người được nhận huy chương vàng. Các vận động viên phải chịu đựng và kiên trì qua rất nhiều buổi tập luyện với nhiều nỗ lực và cố gắng để đạt được ước mơ của mình.

Áp-ra-ham cũng vậy. Ông phải đạt được những phẩm chất và đặc điểm cần thiết để thực hiện lời hứa của Đức Chúa Trời bằng cách trải qua thử thách. Vì vậy, ngay cả khi trải qua những thử thách này, Áp-ra-ham chỉ trả lời "Amen", và không thỏa hiệp với suy nghĩ của chính mình. Ngoài ra, ông không tìm kiếm lợi ích cho riêng mình, hay sa vào sự ích kỷ hoặc ghét bỏ, oán giận, phàn nàn, đau buồn, ghen tị và đố kị. Ông chỉ đơn giản tin vào lời hứa phước lành của Chúa và bền chí làm theo.

Sau đó, Chúa đã cho ông một lời hứa khác. Trong Sáng thế ký 17:4-6, Đức Chúa Trời phán cùng Áp-ra-ham, "Nầy, phần ta đây, ta đã lập giao ước cùng ngươi; vậy ngươi sẽ trở nên tổ phụ của nhiều dân tộc. Thiên hạ chẳng còn gọi ngươi là Áp-ram nữa, nhưng tên ngươi sẽ là Áp-ra-ham, vì ta đặt ngươi làm tổ phụ của nhiều dân tộc. Ta sẽ làm cho ngươi sanh sản rất nhiều, làm cho ngươi thành nhiều nước; và các vua sẽ do nơi ngươi mà ra."

Đức Chúa Trời làm nên những bình chứa ưu tú thông qua thử thách

Một số người cầu nguyện với Chúa cho những mơ tưởng ra từ lòng tham của mình. Vì lòng tham, họ có thể xin Chúa ban cho một công việc tốt hoặc sự giàu có không phù hợp với họ. Nếu cầu nguyện vì sự ích kỷ như vậy, chúng ta không thể nhận được sự đáp lời từ Chúa (Gia-cơ 4: 3).

Vì vậy, chúng ta phải cầu nguyện cho những giấc mơ và khải tượng đến từ Đức Chúa Trời. Khi có niềm tin vào Lời Chúa và làm theo, Đức Thánh Linh làm chủ tấm lòng chúng ta và dẫn dắt để chúng ta có thể thực hiện ước mơ của mình. Chúng ta không thể nhìn thấy dù chỉ một giây trong tương lai. Nhưng nếu làm theo sự hướng dẫn của Đức Thánh Linh, Đấng biết hết mọi sự sẽ đến trong tương lai, chúng ta có thể trải nghiệm quyền năng của Đức Chúa Trời. Khi đánh đổ những suy nghĩ xác thịt của mình và đầu phục Đấng Christ, Đức Thánh Linh sẽ dẫn dắt chúng ta.

Nếu Chúa ban cho chúng ta một giấc mơ, chúng ta phải gìn giữ cách thận trọng trong lòng mình. Chỉ vì giấc mơ không thành hiện thực sau một ngày, một tháng hoặc một năm cầu nguyện, chúng ta không nên phàn nàn. Đức Chúa Trời, Đấng ban cho chúng ta những giấc mơ và khải tượng, đôi khi dẫn chúng ta đi qua những thử thách để biến chúng ta thành những chiếc bình chứa xứng đáng để thực hiện những ước mơ và khải tượng đó. Khi chúng ta trở thành những người biết cách vâng lời Chúa qua những thử thách này, đó là khi những lời cầu nguyện của chúng ta được đáp ứng. Nhưng vì ý tưởng của Đức Chúa Trời khác với ý tưởng của con người, chúng ta phải nhận ra rằng cho đến khi chúng ta có thể đánh đổ được những ý tưởng xác thịt và làm theo bởi đức tin, các thử thách sẽ còn tiếp tục. Do đó, chúng ta phải nhớ rằng các thử thách được đến với chúng ta để chúng ta có thể nhận được sự đáp lời từ Chúa, vậy nên thay vì cố gắng tránh né thử thách, chúng ta nên chấp nhận chúng với lời tạ ơn.

Chúa chuẩn bị một lối thoát, ngay cả trong những thử thách

Nếu chúng ta vâng phục, Đức Chúa Trời khiến cho mọi sự hiệp lại sanh ra ích lợi. Ngài sẽ luôn mở cho chúng ta một lối để thoát khỏi những thử thách. Trong Sáng thế ký chương 12, chúng ta thấy rằng sau khi vào xứ Ca-na-an, đã có một nạn đói lớn, nên Áp-ra-ham đã đi xuống Ai Cập.

Vì vợ Áp-ra-ham, Sa-ra, rất xinh đẹp, sợ rằng ai đó ở Ai Cập có thể vì thèm muốn cô mà tìm cách giết mình để chiếm đoạt nàng. Trong khoảng thời gian đó, điều này hoàn toàn có thể xảy ra, vì vậy, Áp-ra-ham giới thiệu bà là em gái mình. Về luật pháp, Sa-ra là người chị em cùng dòng họ của ông, vì vậy đây không phải là lời nói dối. Nhưng vào thời điểm này, đức tin của Áp-ra-ham chưa được tôi luyện hoàn toàn đến mức ông cầu hỏi ý Chúa về mọi sự. Vì vậy, đây là một trường hợp mà ông đã cậy vào những suy nghĩ xác thịt của mình.

Sa-ra đẹp đến nỗi Pha-ra-ôn của Ai Cập đã cho mời cô đến

cung điện mình. Áp-ra-ham nghĩ rằng nói với mọi người rằng vợ mình là em gái là cách tốt nhất trong tình huống như vậy, nhưng điều này khiến ông mất vợ. Qua sự kiện này, Áp-ra-ham đã học được một bài học quan trọng và từ lúc đó, ông đã học cách giao phó mọi sự cho Đức Chúa Trời.

Vì điều nầy mà Đức Chúa Trời đã giáng họa nặng nề trên Pha-ra-ôn và cả nhà người vì cớ Sa-ra, khiến Pha-ra-ôn ngay lập tức trả lại Sa-ra cho Áp-ra-ham. Vì cớ Áp-ra-ham dựa vào những suy nghĩ xác thịt mình, ông đã phải nếm trải khó khăn tạm thời, nhưng cuối cùng, ông được bình an vô sự, và ông có được rất nhiều tài vật bao gồm cừu, gia súc, người hầu và lừa. Như được chép trong Rô-ma 8:28, "Vả, chúng ta biết rằng mọi sự hiệp lại làm ích cho kẻ yêu mến Đức Chúa Trời, tức là cho kẻ được gọi theo ý muốn Ngài đã định," cho những ai biết vâng lời Ngài, Chúa chuẩn bị một lối để thoát khỏi các thử thách, và Ngài ở cùng họ trong mọi thử thách. Họ có thể gặp khó khăn trong một lúc, nhưng cuối cùng sẽ vượt qua chúng bởi đức tin và nhận lãnh phước lành.

Hãy giả sử rằng có người sống qua ngày với mức lương hàng ngày. Nếu tôn trọng ngày của Chúa, gia đình người đó sẽ phải đói trong một ngày. Trong tình huống này, một người có đức tin sẽ làm theo điều răn của Chúa và giữ Ngày Chúa, ngay cả khi điều đó có nghĩa là phải chịu đói. Vậy, người đó và gia đình họ sẽ phải chịu đói chăng? Ắt hẳn là không! Giống như Đức Chúa Trời đã ban ma-na xuống để nuôi dân Y-sơ-ra-ên, Đức Chúa Trời cũng sẽ yêu thương và ban thức ăn cùng đồ mặc cho những người vâng lời.

Ấy là tại sao trong Ma-thi-ơ 6:25, Chúa Giê-su phán rằng "Đừng vì sự sống mình mà lo đồ ăn uống; cũng đừng vì thân thể mình mà lo đồ mặc. Sự sống há chẳng quí trọng hơn đồ ăn sao, thân thể há chẳng quí trọng hơn quần áo sao?" Những chim trời không gieo, không gặt cũng chẳng có thâu trữ vào kho tàng. Những hoa huệ ngoài đồng mọc lên thế nào; chẳng làm khó nhọc, cũng không kéo chỉ. Nhưng Đức Chúa Trời cũng ban cho chúng thức ăn và đồ mặc. Vì vậy, Đức Chúa Trời sẽ chăm sóc con cái của Ngài, những người vâng lời Ngài và tìm kiếm ý muốn của Ngài, nhờ vậy mà họ không gặp khó khăn chăng?

Đức Chúa Trời ban phước ngay cả trong thử thách

Khi nhìn xem những người làm theo Lời Chúa và bước đi trên con đường ngay thẳng, chúng ta có thể thấy rằng ngay cả giữa những gian lao thử thách, cuối cùng Chúa cũng khiến cho mọi sự trở nên ích lợi. Mặc dù hoàn cảnh hiện tại trước mắt họ có vẻ khó khăn và rắc rối, cuối cùng, hoàn cảnh trở thành một phước lành thực sự.

Khi vương quốc miền Nam của Giu-đa bị sụp đổ, ba người bạn của Đa-ni-ên bị bắt làm phu tù tại Ba-by-lôn. Mặc dù bị đe dọa ném vào lò lửa, họ vẫn không cúi lạy thần tượng, và họ đã không thỏa hiệp với thế gian một chút nào. Vì họ tin vào quyền năng của Đức Chúa Trời, họ tin rằng ngay cả khi họ bị ném vào lò lửa, Chúa sẽ có thể cứu họ. Và ngay cả khi nếu họ không được cứu, họ vẫn quyết tâm giữ lấy đức tin của mình và không khuất phục trước bất kỳ thần tượng nào. Đây là loại đức tin mà họ đã bày tỏ. Đối với họ, Luật pháp của Đức Chúa Trời quan trọng hơn luật pháp của quốc gia.

Nghe tin về sự bất tuân của những chàng trai trẻ này, nhà vua đã truyền cho trói và ném ba người bạn của Đa-ni-ên vào lò lửa. Nhưng vì Chúa bảo vệ họ, không có một sợi tóc nào trên đầu họ bị cháy sém, cũng không có mùi lửa nào trên họ (Đa-ni-ên 3:13-27).

Đa-ni-ên cũng vậy. Mặc dù có chiếu chỉ ban ra rằng nếu ai cầu nguyện với bất kỳ người nào hay bất kỳ vị thần nào ngoài vua, người đó sẽ bị ném vào hang sư tử, Đa-ni-ên chỉ tuân theo ý Chúa. Ông không phạm tội ngừng cầu nguyện, và theo thói quen hàng ngày, ông tiếp tục cầu nguyện hướng về Giê-ru-sa-lem ba lần mỗi ngày. Cuối cùng, Đa-ni-ên bị ném vào hang sư tử, nhưng Chúa đã sai các thiên sứ đến và khóa hàm sư tử để Đa-ni-ên được bình an vô sự.

Thật tốt đẹp biết bao khi thấy ai đó không thỏa hiệp với thế gian để giữ vững niềm tin của mình! Người công bình chỉ sống bởi đức tin. Khi sống đẹp lòng Chúa bởi đức tin, Ngài sẽ đáp lại bằng phước lành. Ngay cả khi bị đẩy đến nơi dường như bờ vực của cuộc sống, nếu vâng lời và thể hiện đức tin của mình đến cho đến cuối cùng, Chúa sẽ mở cho chúng ta một lối thoát, và Ngài sẽ luôn ở cùng chúng ta.

Áp-ra-ham cũng được ban phước giữa những thử thách. Không chỉ vậy, ngay cả những người ở bên ông cũng nhờ đó mà được phước. Ngày nay, nước rất quý giá ở các vùng Cận Đông nơi Y-sơ-ra-ên tọa lạc. Nó cũng rất quý trong thời gian của Áp-ra-ham. Nhưng bất cứ nơi nào Áp-ra-ham đặt chân đến không chỉ có nước dồi dào, mà vì ông rất được phước, Lót, cháu trai ông, cũng được chia sẻ trong các phước lành và có đàn gia súc lớn cũng như bạc và vàng.

Quay lại những ngày đó, có nhiều gia súc nghĩa là có thực phẩm dồi dào và rất giàu có. Khi cháu trai của ông bị bắt, Áp-ra-ham đã sai 318 người hầu được đào tạo của mình đi giải cứu. Chỉ nội điều này cũng cho chúng ta biết ông là người giàu có như thế nào. Vì Áp-ra-ham, người sẵn sàng vâng lời Đức Chúa Trời, không những vùng đất và xứ sở nơi ông ở được phước mà những người ở với ông cũng được phước.

Ngay cả các vị vua của các quốc gia láng giềng cũng không làm bất cứ điều gì với Áp-ra-ham vì ông rất được kính trọng. Áp-ra-ham đã nhận được tất cả các phước lành mà người ta có thể nhận được trong cuộc đời này: danh tiếng và tài sản, quyền lực, sức khỏe và con cái. Như được viết trong Phục truyền luật lệ ký chương 28, Áp-ra-ham là loại người nhận được phước lành khi đi vào cũng như khi đi ra. Ngoài ra, là một con cái thật của Đức Chúa Trời, ông đã trở thành nguồn ơn phước, và là tổ phụ đức tin. Hơn nữa, ông còn hiểu được tấm lòng sâu thẳm của Đức Chúa Trời, đến mức Ngài thậm chí có thể chia sẻ tấm lòng mình với Áp-ra-ham và gọi ông là 'bạn hữu'. Thật vinh quang và phước hạnh dường bao!

Đặc tánh về chiếc bình chứa của Áp-ra-ham

Lý do Áp-ra-ham rất được phước là vì ông có 'chiếc bình chứa' với đặc tánh tốt. Ông là một người có loại tình yêu được mô tả trong 1 Cô-rinh-tô chương 13 và ông đã sanh chín bông trái Thánh Linh như được mô tả trong Ga-la-ti chương 5.

Chẳng hạn, Áp-ra-ham đã hành động với lòng tốt và tình yêu trong mọi việc. Ông không bao giờ thù ghét và cũng không nổi giận với người khác. Ông không hề gây sự với ai, không chú tâm đến nhược điểm của người khác và luôn phục vụ mọi người. Nhờ có bông trái của niềm vui, bất kể thử thách nào xảy ra, ông không bao giờ trở nên buồn bã hay tức giận. Vì hoàn toàn tin cậy vào Chúa, ông có thể vui mừng mọi lúc. Bất luận trong tình huống nào, ông cũng không bao giờ phản ứng bởi cảm xúc của mình hoặc đưa ra quyết định thiên vị. Ông kiên nhẫn, và luôn lắng nghe tiếng phán Đức Chúa Trời.

Áp-ra-ham là một người nhân hậu. Khi phải chia tay với cháu trai của mình, Lót, mặc dù là người lớn tuổi hơn, ông đã cho Lót được quyền lựa chọn trước trong việc chọn mảnh đất mà anh ta muốn. Ông nói "Nếu cháu chọn bên trái, ta sẽ sang bên phải. Nếu cháu chọn bên phải, ta sẽ sang bên trái," và ông cho phép Lót chọn vùng đất tốt hơn. Hầu hết mọi người sẽ nghĩ rằng người có vị trí hoặc cấp bậc cao hơn nên có sự lựa chọn tốt hơn. Tuy nhiên, Áp-ra-ham là một người có thể nhượng bộ người khác, phục vụ và hy sinh bản thân cho người khác.

Ngoài ra, vì Áp-ra-ham đã nuôi dưỡng một tấm lòng nhân hậu về mặt thuộc linh, khi Lót sắp phải đối mặt với sự hủy diệt cùng với vùng đất Sô-đôm, ông đã cầu xin thay họ (Sáng thế ký 18: 22-32). Kết quả, ông đã nhận được một lời hứa từ Chúa rằng Ngài sẽ không phá hủy thành đó nếu có mười người công chính được tìm thấy. Tuy nhiên, Sô-đôm và Gô-mô-rơ thậm chí không có đến mười người công chính, và đã bị diệt. Nhưng ngay cả khi đó, Chúa cũng đã cứu Lót vì Áp-ra-ham.

Như có chép trong Sáng thế ký 19:29, "Vả, khi Đức Chúa Trời hủy diệt các thành nơi đồng bằng, tức là thành Lót ở, thì nhớ đến Áp-ra-ham, cứu Lót ra khỏi chốn phá tan đó." Đức Chúa Trời đã cứu cháu trai yêu mến của Áp-ra-ham, Lót, hầu cho Áp-ra-ham không buồn lòng.

Áp-ra-ham trung thành với Chúa đến mức sẵn sang dâng đứa con trai duy nhất của mình là Y-sác làm của lễ thiêu cho Đức Giê-hô-va, ấy là đứa con mà ông đã được Chúa ban cho ở tuổi một trăm. Dù là trong sự dạy dỗ con mình, hoặc trong mối quan hệ với người hầu và hàng xóm, ông rất hoàn hảo và trung thành với cả nhà Chúa mà thậm chí có thể được xem là không chỗ chê trách. Ông chưa bao giờ giận dữ đối đầu với bất cứ ai; ông luôn hòa hiếu và dịu dàng. Ông phục vụ và giúp đỡ người khác với một tấm lòng nhân hậu. Và ông tiết độ đến mức khi làm bất cứ điều gì, ông không bao giờ cư xử không đúng mực, hay vượt qua bất kỳ giới hạn nào.

Như vậy, Áp-ra-ham sanh chín bông trái của Thánh Linh cách trọn vẹn mà ông không thiếu bất kỳ trái nào. Ông cũng có một tấm lòng nhân hậu. Sau cùng, ông là một chiếc bình quý giá. Tuy nhiên, trở thành một con người phước hạnh như Áp-ra-ham không phải là một điều khó khăn. Chúng ta chỉ cần theo gương của ông. Vì Đấng Tạo Hóa toàn năng, Đức Chúa Trời là Cha của chúng ta, thì không cớ gì mà Ngài không đáp lời sự cầu nguyện và cầu xin của con cái Ngài?

Quá trình trở nên giống như Áp-ra-ham chẳng phải là sự không thể. Khó khăn duy nhất là khi chúng ta đặt suy nghĩ của mình lên hàng đầu. Nếu chúng ta hoàn toàn tin cậy vào Đức Chúa Trời và vâng lời Ngài, thì Đức Chúa Trời của Áp-ra-ham sẽ chăm sóc chúng ta và dẫn chúng ta đến con đường phước hạnh!

Sự vâng lời và phước lành của Nô-ê, một con người công chính

"Nầy là dòng dõi của Nô-ê. Nô-ê trong đời mình là một người công bình và trọn vẹn, đồng đi cùng Đức Chúa Trời. Nô-ê sanh ba con trai là Sem, Cham và Gia-phết" (Sáng thế ký 6:9-10).

Con người đầu tiên A-đam đã trải qua một thời gian dài ở Vườn Ê-đen. Nhưng sau khi phạm tội, ông bị đuổi khỏi Vườn và sau đó đến sống trên Đất nầy. Khoảng 1.000 năm sau, Nô-ê được sinh ra là hậu duệ của Sết, một người tôn kính Đức Chúa Trời. Nô-ê, cũng là hậu duệ của Hê-nóc, đã học được từ những lời dạy của cha mình là Lê-méc và ông nội Mê-tu-sê-la và lớn trở thành một con người của lẽ thật giữa một thế giới tội lỗi. Vì ông mong muốn dâng lên Chúa tất cả những gì mình có, ông luôn giữ mình trong sạch và không kết hôn cho đến khi nhận ra rằng Chúa có một kế hoạch đặc biệt cho cuộc đời mình. Vì vậy, đến tuổi năm trăm, Nô-ê đã kết hôn và bắt đầu một gia đình (Sáng thế ký 5:32).

Nô-ê biết về sự phán xét bằng nước lụt và sự giáo hóa nhân loại sẽ bắt đầu lại từ đầu qua ông. Vì vậy, ông dành cả cuộc đời để làm theo ý Chúa. Đây là lý do tại sao Đức Chúa Trời chọn Nô-ê là một người công bình và là người hết lòng vâng lời Đức Chúa Trời trong việc đóng tàu mà không hề đưa ra những suy nghĩ, lý do hay sự bào chữa của riêng mình.

Biểu tượng thuộc linh của con tàu Nô-ê

"Ngươi hãy đóng một chiếc tàu bằng cây gô-phe, đóng có từng phòng, rồi trét chai bề trong cùng bề ngoài. Vậy, hãy làm theo thế nầy: Bề dài tàu ba trăm thước, bề ngang năm mươi thước, bề cao ba mươi thước. Trên tàu ngươi sẽ làm một cửa sổ, bề cao một thước, và chừa một cửa bên hông; ngươi sẽ làm một tầng dưới, một tầng giữa và một tầng trên" (Sáng thế ký 6:14-16).

Tàu Nô-ê là một công trình kiến trúc đồ sộ: dài 138 mét, rộng 23 mét và cao 14 mét, và nó được xây dựng cách đây khoảng 4.500 năm. Do ảnh hưởng của con người Vườn Ê-đen, kiến thức và kỹ năng của Nô-ê là phi thường, nhờ đóng tàu theo thiết kế mà Chúa ban cho, Nô-ê và gia đình tám người cùng tất cả các loài động vật khác nhau có thể sống sót trong 40 ngày của trận lụt, ở trong tàu hơn một năm.
Con Tàu là một biểu tượng tâm linh của Lời Đức Chúa Trời, và bước vào bên trong tàu tượng trưng cho sự cứu rỗi. Và ba tầng của con tàu biểu thị thực tế rằng Đức Chúa Trời Ba Ngôi – Đức Chúa Cha, Đức Con và Đức Thánh Linh sẽ hoàn thành lịch sử giáo hóa nhân loại.

Núi Ararat, nơi con tàu tiếp đất

Phán xét bằng nhước lụt, xảy ra giữa sự công chính của Đức Chúa Trời

"Đức Giê-hô-va phán cùng Nô-ê rằng: Ngươi và cả nhà ngươi hãy vào tàu, vì về đời nầy ta thấy ngươi là công bình ở trước mặt ta" (Sáng thế ký 7:1).

"Vì còn bảy ngày nữa, ta sẽ làm mưa xuống mặt đất, trong bốn mươi ngày và bốn mươi đêm; ta sẽ tuyệt diệt khỏi đất hết các loài của ta đã dựng nên. Đoạn, Nô-ê làm theo mọi điều Đức Giê-hô-va đã phán dặn mình" (Sáng thế ký 7:4-5).

Đức Chúa Trời đã cho con người nhiều cơ hội để ăn năn trước trận lụt. Trong suốt những năm để làm xong con tàu, Ngài đã cho Nô-ê công bố sứ điệp ăn năn cho dân chúng, nhưng những người duy nhất tin và vâng lời Nô-ê là gia đình ông. Bước vào tàu có nghĩa là để lại phía sau và từ bỏ lại mọi thứ mà mình yêu thích ở đời nầy.

Mặc dù con người đã đi quá xa để quay lại, Đức Chúa Trời thậm chí còn trao cho họ một cảnh báo bảy ngày để ăn năn và tránh phán xét. Ngài không muốn họ phải đối mặt với bản án. Với một tấm lòng yêu thương và trắc ẩn, Chúa đã cho họ cơ hội đến cuối cùng. Tuy nhiên, không một người nào ăn năn hay bước vào tàu. Thật ra, họ còn phạm tội thêm nhiều! Cuối cùng, họ sa vào sự Phán xét bởi nước lũ.

Về Sự Phán Xét

"...về sự phán xét, vì vua chúa thế gian nầy đã bị đoán xét."

(Giăng 16:11)

"Đức Giê-hô-va đoán xét các dân. Hỡi Đức Giê-hô-va, xin hãy đoán xét tôi theo sự công bình tôi, Và theo sự thanh liêm ở nơi lòng tôi." (Thi thiên 7:8)

"Ngươi lại còn nói rằng: Tôi là vô tội, thật cơn giận của Ngài lìa khỏi tôi! Nầy, vì ngươi nói rằng: Tôi không có tội, ừ, ta sẽ đoán xét ngươi." (Giê-rê-mi 2:35)

"Song ta phán cho các ngươi: Hễ ai giận anh em mình thì đáng bị tòa án xử đoán; ai mắng anh em mình rằng: Ra-ca, thì đáng bị tòa công luận xử đoán; ai mắng anh em mình là đồ điên, thì đáng bị lửa địa ngục hành phạt." (Ma-thi-ơ 5:22)

"...ai đã làm lành thì sống lại để được sống, ai đã làm dữ thì sống lại để bị xét đoán." (Giăng 5:29)

"Theo như đã định cho loài người phải chết một lần, rồi chịu phán xét," (Hê-bơ-rơ 9:27)

"Sự đoán xét không thương xót kẻ chẳng làm sự thương xót; nhưng sự thương xót thắng sự đoán xét." (Gia-cơ 2:13)

"Tôi thấy những kẻ chết, cả lớn và nhỏ, đứng trước tòa, và các sách thì mở ra. Cũng có mở một quyển sách khác nữa, là sách sự sống; những kẻ chết bị xử đoán tùy công việc mình làm, cứ như lời đã biên trong những sách ấy." (Khải huyền 20:12)

Chương 11

Tội Bất Tuân Đức Chúa Trời

"Ngài lại phán cùng A-đam rằng: Vì ngươi nghe theo lời vợ mà ăn trái cây ta đã dặn không nên ăn, vậy, đất sẽ bị rủa sả vì ngươi; trọn đời ngươi phải chịu khó nhọc mới có vật đất sanh ra mà ăn. Đất sẽ sanh chông gai và cây tật lê, và ngươi sẽ ăn rau của đồng ruộng; ngươi sẽ làm đổ mồ hôi trán mới có mà ăn, cho đến ngày nào ngươi trở về đất, là nơi mà có ngươi ra; vì ngươi là bụi, ngươi sẽ trở về bụi."
(Sáng thế ký 3:17-19)

Nhiều người nói rằng chính cuộc sống là khó khăn. Kinh thánh bày tỏ rằng được sinh ra và sống trong đời này là sự đau khổ. Trong Gióp 5:7, Ê-li-pha nói với Gióp, người đang trong tình trạng bối rối, "Nhưng loài người sanh ra để bị khốn khó, Như lằn lửa bay chớp lên không." Con người phải vất vả để kiếm sống. Và người ta phải vất vả rất nhiều vì những nan đề khác nhau trong cuộc sống. Sau khi phải khó nhọc cho một mục tiêu nhất định, và dường như mục tiêu đã đạt được phần nào, hoàng hôn của cuộc đời đã đến. Khi đến kỳ, ngay cả người khỏe mạnh nhất cũng phải trải qua sự chết.

Không một ai có thể thoát khỏi sự chết, vì vậy nếu nhìn vào điều nầy, cuộc sống giống như một màn sương mù thoáng qua hoặc một đám mây trên cao. Vậy đâu là lý do khiến mọi người phải đối mặt với đủ thứ khó khăn thử thách trong cuộc sống bôn ba này? Lý do đầu tiên và khởi nguyên của vấn đề là vì tội không vâng lời Đức Chúa Trời. Qua A-đam, Ca-in, rồi Sau-lơ, chúng ta có thể thấy tỏ tường hậu quả của việc phạm tội không vâng lời Đức Chúa Trời.

A-đam, con người được tạo dựng theo hình ảnh Đức Chúa Trời

Đức Chúa Trời là Đấng Tạo Hóa đã tạo dựng nên con người đầu tiên, A-đam, theo hình ảnh của chính Ngài, rồi hà sanh khí vào lỗ mũi, và người trở thành một sinh vật sống động hay một linh hồn sống (Sáng thế 2:7). Đức Chúa Trời đã lập một khu vườn về phía đông tại Ê-đen và đặt để con người ở đó. Rồi Ngài phán rằng, "Ngươi được tự do ăn hoa quả các thứ cây trong vườn; nhưng về cây biết điều thiện và điều ác thì chớ hề ăn đến; vì một mai ngươi ăn, chắc sẽ chết" (Sáng thế ký 2:16-17).

Và thấy rằng việc ở một mình là không tốt cho A-đam, Đức Chúa Trời đã lấy một trong những chiếc xương sườn của A-đam để dựng nên Ê-va. Chúa ban phước cho họ và truyền cho họ hãy sinh sản thêm nhiều. Ngài cũng truyền cho người cai quản loài cá biển, chim trời và mọi sinh vật sống trên trái đất (Sáng thế ký 1:28). Nhận được ơn phước lớn lao này từ Đức Chúa Trời, A-đam và Ê-va có đầy đủ thức ăn, có nhiều con cháu và có một cuộc sống thuận lợi.

Ban đầu, giống như một đứa trẻ sơ sinh, A-đam có một tâm trí hoàn toàn trong trắng. Đức Chúa Trời đã cùng đi với A-đam và dạy cho ông nhiều thứ để ông có thể làm chúa trên mọi tạo vật. Chúa đã dạy A-đam về chính mình, vũ trụ và các quy luật tâm linh. Chúa cũng dạy A-đam cách sống như một con người thuộc linh. Ông dạy A-đam kiến thức về thiện và ác. Trong nhiều năm, A-đam đã vâng lời Đức Chúa Trời và sống rất lâu trong Vườn Ê-đen.

A-đam ăn trái cấm

Xảy ra một ngày nọ, ma quỷ và Sa-tan, kẻ cầm quyền chốn không trung, xúi giục một con rắn, là con vật xảo quyệt nhất trong các loài động vật, ma quỷ đã dùng con rắn cám dỗ bà Ê-va. Con rắn, kẻ bị Sa-tan xúi giục, biết rằng Đức Chúa Trời đã phán dặn con người không được ăn từ cây ở giữa Vườn Ê-đen. Nhưng để cám dỗ bà Ê-va, con rắn đã hỏi rằng, "Mà chi! Đức Chúa Trời há có phán dặn các ngươi không được phép ăn trái các cây trong vườn sao?" (Sáng thế ký 3: 1)

Bà Ê-va đã trả lời câu hỏi này như thế nào? Bà đáp, "Chúng ta được ăn trái các cây trong vườn, song về phần trái của cây mọc giữa vườn, Đức Chúa Trời có phán rằng: Hai ngươi chẳng nên ăn đến và cũng chẳng nên đá động đến, e khi hai ngươi phải chết chăng" (Sáng thế ký 3:2-3). Đức Chúa Trời nhấn mạnh, "một mai ngươi ăn, chắc sẽ chết"(Sáng thế ký 2:17). Tại sao bà Ê-va lại thay đổi lời Đức Chúa Trời thành "e khi hai ngươi phải chết chăng"? E sợ có nghĩa là "sợ rằng". Những từ này biểu thị rằng không có sự tuyệt đối. "Có một nỗi sợ về sự chết" và "chắc chắn chết" là hai điều khác nhau. Điều này chứng tỏ rằng bà không khắc ghi lời Chúa trong lòng. Câu trả lời của bà chứng tỏ rằng bà không có niềm tin tuyệt đối vào việc họ "chắc chắn sẽ chết".

Con rắn xảo quyệt đã không bỏ lỡ cơ hội này và tấn công ngay rằng, "Hai ngươi chẳng chết đâu; nhưng Đức Chúa Trời biết rằng hễ ngày nào hai ngươi ăn trái cây đó, mắt mình mở ra, sẽ như Đức Chúa Trời, biết điều thiện và điều ác" (Sáng thế ký 3:4-5). Con rắn không chỉ nói dối, nó còn đặt sự thèm muốn vào lòng bà Ê-va! Và rồi con rắn đã thổi sự tham lam vào tâm trí bà Ê-va, cây biết điều thiện và điều ác, mà bà thậm chí không bao giờ nghĩ đến việc chạm vào, hoặc thậm chí đến gần, thực sự bắt đầu trông đẹp mắt và đầy hương vị. Nó thực sự trông đẹp đến mức khiến con người trở nên người khôn ngoan! Vì vậy, cuối cùng, bà Ê-va đã ăn trái cấm và cũng đưa cho chồng cùng ăn.

Hậu quả tội bất tuân Đức Chúa Trời của A-đam

Đây là con đường mà A-đam, tổ tiên của loài người, đã không tuân theo mạng lệnh của Đức Chúa Trời. Vì A-đam và Ê-va đã không ghi nhớ cách rõ ràng lời của Đức Chúa Trời vào lòng mình, họ sa vào cám dỗ của ma quỷ và Sa-tan để rồi không làm theo mạng lệnh của Đức Chúa Trời. Vì vậy, đúng như lời Chúa đã phán, A-đam và Ê-va đã lâm vào tình trạng 'chắc chắn phải chết'.

Tuy nhiên, khi đọc Kinh thánh, chúng ta thấy họ không chết ngay. Họ thực sự sống nhiều năm nữa và sanh nhiều con cái. Khi Đức Chúa Trời phán, "Ngươi chắc sẽ chết," Ngài không chỉ có ý nói đến một cái chết thể xác đơn giản mà khi người ta không còn thở. Ngài muốn nói đến cái chết cơ bản, đó là sự chết tâm linh. Ban đầu, con người được tạo ra với một tâm linh có thể giao tiếp được với Đức Chúa Trời, một linh hồn được điều khiển bởi tâm linh, và thể xác, phục vụ như một đền tạm cho linh và hồn (1 Tê-sa-lô-ni-ca 5:23). Vì vậy, khi con người vi phạm mạng lệnh của Đức Chúa Trời, tâm linh, là chủ nhân của con người, đã chết.

Và do bởi tâm linh của con người đã chết vì tội không vâng lời Đức Chúa Trời, nên mối tương giao với Ngài trở nên rất xấu, vậy nên con người không thể được sống trong Vườn Ê-đen nữa. Điều này là do một kẻ có tội không thể cùng chung sống với Đức Chúa Trời trong sự hiện diện của Ngài. Đây là khi khó khăn của nhân loại bắt đầu. Nỗi đau đớn của người nữ khi sinh đẻ càng thêm lên bội phần, người nữ sẽ sanh con **trong đau đớn**, ham muốn của người nữ xu hướng về chồng, và người chồng cai trị người vợ. Rồi con người đã phải vất vả suốt những ngày đời để kiếm ăn trên đất bị rủa sả vì người (Sáng thế 3:16-17). Tất cả tạo vật đều bị rủa rả cùng với A-đam, và phải chịu khổ với người. Trên hết, tất cả hậu tự của A-đam, được sinh ra từ dòng máu của người, đều là những kẻ có tội và bị đùa đến con đường sự chết.

Lý do Đức Chúa Trời dựng nên cây biết điều thiện và điều ác

Một số người có thể tự hỏi, "Đức Chúa Trời toàn năng không biết rằng A-đam sẽ ăn trái cấm sao? Nếu Ngài biết, tại sao Ngài lại đặt nó trong Vườn Ê-đen và cho phép A-đam không vâng lời? Nếu trái cấm không tồn tại, có phải A-đam đã không phạm tội sao?" Tuy nhiên, nếu Chúa không đặt trái cấm trong Vườn, liệu A-đam và Ê-va có trải nghiệm sự tạ ơn, niềm vui, hạnh phúc và tình yêu? Mục đích của Chúa về việc đặt trái cấm trong Vườn Ê-đen không phải là để khiến chúng ta đi vào đường chết. Đó là sự tiên liệu của Đức Chúa Trời, để dạy chúng ta tính tương đối.

Vì mọi thứ trong Vườn ê-đen đều thuộc về lẽ thật, những người trong Vườn không thể hiểu được sự giả dối là gì. Vì cớ sự ác không tồn tại ở đó, mọi người không biết thù ghét, đau khổ, bệnh tật hay sự chết thực sự là gì. Nói một cách tương đối, những người ở đó không thể hiểu được cuộc sống thực sự hạnh phúc mà họ trải qua. Vì họ chưa bao giờ trải qua bất hạnh, họ không biết hạnh phúc thực sự và bất hạnh thực sự là gì. Đó là lý do tại sao cây kiến thức về thiện và ác là cần thiết.

Đức Chúa Trời muốn có những con cái thật, là những người hiểu được tình yêu và hạnh phúc thực sự là gì. Nếu con người đầu tiên, A-đam, biết được hạnh phúc thực sự là gì khi ông còn ở trong vườn Ê-đen, thì làm sao ông có thể không vâng lời Chúa? Đây là lý do tại sao Đức Chúa Trời đặt cây hiểu biết trong Vườn, và trưởng dưỡng con người ở đây trên đất nầy để con người có thể hiểu được tính tương đối của vạn vật. Thông qua quá trình giáo hóa này, con người trải nghiệm cả chiến thắng và thất bại, tốt và xấu, tất cả đều thông qua tính tương đối. Chỉ khi biết được lẽ thật qua quá trình này, con người mới có thể thực sự hiểu và yêu mến Chúa từ sâu thẳm lòng mình.

Con đường thoát khỏi sự rủa sả bởi tội lỗi

Trong khi sống trong Vườn Ê-đen, A-đam làm theo lời Chúa và học biết về lòng nhân từ của Ngài. Nhưng sau khi không vâng lời, con cháu của người đã trở thành nô lệ cho kẻ thù là ma quỷ, họ ngày càng trở nên xấu xa và ô uế hơn bởi ma quỷ khi các thế hệ nối tiếp nhau. Càng về sau, họ càng trở nên gian ác hơn. Họ không chỉ được sinh ra với tội lỗi mà họ kế thừa từ tổ phụ, mà còn tiếp nhận thêm tội lỗi vào tâm trí mình khi lớn lên và học hỏi thông qua những gì họ nghe và thấy. Đức Chúa Trời biết A-đam sẽ ăn trái cấm. Ngài biết cả thế gian sẽ trở nên đầy dẫy tội lỗi. Ngài cũng biết con người sẽ đi theo con đường của sự chết. Đó là lý do tại sao Ngài đã chuẩn bị Đấng Cứu Thế, Chúa Giê-su Christ, từ trước vô cùng. Khi đến kỳ, Ngài đã sai Chúa Giê-su đến thế gian này.

Để dạy cho con người biết về ý muốn của Đức Chúa Trời, Chúa Giê-su đã truyền bá phúc âm về vương quốc thiên đàng và thực hiện các dấu kỳ phép lạ. Sau đó, Ngài chịu thập hình và đổ huyết vô tội của mình để trả giá cho cả nhân loại. Do đó, bất cứ ai tin nhận Chúa Giê-su Christ đều nhận được Đức Thánh Linh như một sự ban cho. Con đường đến với sự cứu rỗi đã được mở ra cho những người từ bỏ sự giả dối và sống trong lẽ thật bằng cách đi theo sự chỉ dẫn của Đức Thánh Linh. Nếu con người phục hồi hình ảnh của Đức Chúa Trời mà họ đã đánh mất và nếu họ tôn kính Đức Chúa Trời và giữ các luật lệ Ngài, đó là toàn bộ bổn phận của họ (Truyền đạo 12:13), thì họ có thể hưởng mọi phước lành mà Đức Chúa Trời đã sắm sẵn. Họ có thể được hưởng không chỉ sự giàu có và sức khỏe, mà còn sự sống đời đời trong các phước lành đời đời.

Như đã giải thích, khi chúng ta bước vào sự Sáng, chúng ta có thể thoát khỏi sự rủa sả bởi tội lỗi. Lòng chúng ta trở nên bình yên biết bao sau khi chúng ta ăn năn và xưng tội, trừ bỏ tội lỗi mình và làm cho tâm trí của chúng ta sống theo Lời Chúa! Khi chúng ta tin vào Lời Chúa và nhận được lời cầu nguyện, chúng ta có thể thấy mình thoát khỏi bệnh tật, khó khăn, thử thách và đau khổ là thế nào. Đức Chúa Trời rất vui lòng nơi con cái Ngài là những kẻ tin nhận Chúa Giê-su Christ và sống trong sự công bình, và Ngài giải thoát họ khỏi mọi rủa sả.

Hậu quả tội bất tuân Đức Chúa Trời của Sau-lơ

Sau-lơ trở thành vị vua đầu tiên do sự đòi hỏi của dân sự Y-sơ-ra-ên về một vị vua. Ông đến từ chi phái Bên-gia-min và trong cả xứ Y-sơ-ra-ên không ai lịch lãm và dịu dàng như ông. Thời điểm Sau-lơ được xức dầu làm vua, ông là một người rất khiêm tốn, tự coi mình là người kém cỏi hơn những người khác. Nhưng sau khi trở thành vua, dần dần, Sau-lơ bắt đầu bất tuân mạng lệnh của Đức Chúa Trời. Ông coi thường vị trí của thầy tế lễ và hành động dại dột (1 Sa-mu-ên 13:8-13), cuối cùng phạm tội bất tuân.

Trong 1 Sa-mu-ên chương 15, Đức Chúa Trời bảo Sau-lơ tiêu diệt hoàn toàn dân A-ma-lét, nhưng Sau-lơ không làm theo. Lý do tại sao Đức Chúa Trời bảo ông tiêu diệt dân A-ma-lét được ghi lại trong Xuất Ê-díp-tô ký chương 17. Trong khi người Y-sơ-ra-ên đang tiến vào vùng đất Ca-na-an sau khi ra khỏi Ai Cập, dân A-ma-lét đã tranh chiến chống lại người Y-sơ-ra-ên.

Vì lý do này, Đức Chúa Trời hứa sẽ xóa bỏ hoàn toàn ký ức về dân A-ma-lét khỏi thiên hạ (Xuất hành 17:14), và vì Đức Chúa Trời không dời đổi, nên Ngài đã lên kế hoạch thực hiện lời hứa này hàng trăm năm sau, vào thời Sau-lơ. Thông qua Tiên tri Sa-mu-ên, Đức Chúa Trời phán, "Vậy, hãy đi đánh dân A-ma-léc và diệt hết mọi vật thuộc về chúng nó. Ngươi sẽ không thương xót chúng nó, phải giết người nam và nữ, con trẻ và con bú, bò và chiên, lạc đà và lừa" (c.3).

Tuy nhiên, Sau-lơ đã không vâng lời Chúa. Ông đã bắt sống vua A-ga làm tù nhân, và ông cũng mang về những con chiên tốt nhất, những con bò, những con mập, những con cừu, và tất cả những gì ông cho là tốt. Ông muốn khoe thành tích của mình với mọi người để được người ta khen ngợi. Sau-lơ đã làm những gì ông cho là phải theo ý mình, nhưng không vâng lời Chúa. Tiên tri Sa-mu-ên đã giải thích theo cách mà Sau-lơ sẽ hiểu, nhưng Sau-lơ vẫn không ăn năn mà chỉ đưa ra những lời bào chữa (1 Sa-mu-ên 15:17-21). Sau-lơ nói rằng ông đã mang về cừu và gia súc lựa chọn để mọi người có thể dâng tế lễ lên cho Đức Chúa Trời.

Chúng ta nghĩ Đức Chúa Trời nói gì về tội bất tuân này? 1

Sa-mu-ên 15:22-23 cho chúng ta biết rằng, "Sự vâng lời tốt hơn của tế lễ; sự nghe theo tốt hơn mỡ chiên đực; sự bội nghịch cũng đáng tội bằng sự tà thuật; sự cố chấp giống như tội trọng cúng lạy hình tượng." Tội lỗi của sự bất tuân giống như tội lỗi bói toán và thờ thần tượng. Bói toán là ma thuật, là một tội trọng phải chịu sự phán xét của Đức Chúa Trời, và sùng bái thần tượng là một tội lỗi gớm ghiếc trước mặt Chúa.

Cuối cùng, Sa-mu-ên phạt Sau-lơ, "Bởi ngươi đã từ bỏ lời của Đức Giê-hô-va, nên Ngài cũng từ bỏ ngươi không cho ngươi làm vua (1 Sa-mu-ên 15:23). Nhưng Sau-lơ vẫn không thực sự ăn năn. Thay vào đó, để giữ một hình ảnh đẹp, anh ta yêu cầu Sa-mu-ên tôn trọng ông trước mọi người (1 Sa-mu-ên 15:30). Còn gì đáng sợ và đáng buồn hơn là bị Chúa loại bỏ? Nhưng điều này không chỉ áp dụng cho Sau-lơ. Nó cũng áp dụng cho chúng ta ngày hôm nay. Nếu chúng ta không làm theo lời Chúa, thì chúng ta không thể tránh được hậu quả của tội lỗi đó. Điều này cũng áp dụng cho các quốc gia và gia đình của chúng ta.

Chẳng hạn, nếu một người hầu không vâng lời vua và hành động theo ý thích của mình, anh ta phải trả giá với hình phạt cho tội lỗi của mình. Trong gia đình, nếu một đứa trẻ không vâng lời cha mẹ và hư hỏng, bố mẹ cậu ta sẽ buồn là thế nào? Vì bất tuân gây ra bất an, đau đớn và khốn khổ cặp theo. Hậu quả của việc Sau-lơ không vâng lời Đức Chúa Trời, không chỉ mất đi danh dự và quyền lực của mình; mà ông còn bị hành hạ bởi những ác linh, và cuối cùng, ông đã chết trận và lâm vào một kết cục đau đớn.

Hậu quả tội bất tuân Đức Chúa Trời của Ca-in

Trong Sáng thế ký chương 4, chúng ta thấy hai người con trai của A-đam, Ca-in và A-bên. Ca-in làm nghề trồng trọt, còn

A-bên chăn nuôi chiên. Một thời gian sau, Ca-in dâng của lễ cho Chúa bằng sản vật từ đất, còn A-bên dâng của lễ cho Chúa bằng những con chiên đầu lòng cùng mỡ chúng. Đức Chúa Trời đẹp lòng với A-bên và của lễ người, nhưng Ngài không đẹp lòng với của lễ của Ca-in.

Khi A-đam bị đuổi khỏi Vườn Ê-đen, Đức Chúa Trời phán rằng người phải dâng của lễ bằng huyết con sinh tế để được tha tội (Hê-bơ-rơ 9:22). A-đam dạy bảo tường tận cho các con trai mình phương cách hiến tế bằng huyết, Ca-in và A-bên biết rất rõ về loại của lễ mà Chúa muốn. A-bên có một tấm lòng nhân hậu, vì vậy anh ta đã vâng lời và làm đúng như lời anh ta đã được dạy bảo, và dâng của lễ theo cách mà Chúa muốn. Nhưng Ca-in, trái lại, đã dâng của lễ theo suy nghĩ của riêng mình, theo sự thuận tiện của ông. Đây là lý do tại sao Chúa chấp nhận của lễ của A-bên, nhưng không nhận của lễ của Ca-in.

Điều tương tự áp dụng cho chúng ta ngày hôm nay. Đức Chúa Trời hài lòng với sự thờ phượng của chúng ta khi chúng ta hết lòng, hết trí, hết sức mà thờ phượng Ngài, thờ phượng bằng tâm linh và lẽ thật. Tuy nhiên, nếu thờ phượng Ngài theo ý riêng của chúng ta, và nếu chúng ta thực hành đời sống Cơ Đốc nhân chỉ vì lợi ích riêng của mình, thì chúng ta không có can hệ gì với Đức Chúa Trời.

Trong Sáng thế ký 4:7, Đức Chúa Trời phán cùng Ca-in, "Nếu ngươi làm lành, há chẳng ngước mặt lên sao? Còn như chẳng làm lành, thì tội lỗi rình đợi trước cửa, thèm ngươi lắm; nhưng ngươi phải quản trị nó." Đức Chúa Trời muốn Ca-in được soi sáng để người không phạm tội. Nhưng Ca-in không thể cầm giữ tội lỗi và cuối cùng đã giết em trai mình.

Nếu Ca-in có một tấm lòng nhân hậu, ông sẽ từ bỏ con đường của mình, và chung sống với em trai mình, người đã dâng lễ đẹp lòng Chúa, và sẽ không có vấn đề gì. Tuy nhiên, vì sự gian ác trong người, ông đã đi ngược lại ý muốn của Đức Chúa Trời. Điều này đã sinh ra sự ghen tị và giết chóc, là công việc của xác thịt, và hậu quả của sự phán xét, một sự rủa sả giáng xuống người. Cuối cùng, Đức Chúa Trời phán cùng Ca-in, "Bây giờ, ngươi sẽ bị đất rủa sả, là đất đã hả miệng chịu hút máu của em ngươi bởi chính tay ngươi làm đổ ra. Khi ngươi trồng tỉa, đất chẳng sanh hoa lợi cho ngươi nữa; ngươi sẽ lưu lạc và trốn tránh trên mặt đất," và từ đó, Ca-in trở thành một người luôn chạy trốn (Sáng thế ký 4:11-12).

Cho đến nay, chúng ta đã học được qua đời sống của con người đầu tiên A-đam, Ca-in và Vua Sau-lơ, việc phạm tội với Chúa là một tội lỗi nghiêm trọng biết dường nào và hậu quả là những thử thách và khổ nạn nặng nề. Khi một tín đồ biết Lời Chúa mà không làm theo, đó là không vâng lời Chúa. Nếu một tín đồ gặp phải khó khăn nào đó trong cuộc sống, điều đó có nghĩa là bằng cách này hay cách khác, người ấy phạm tội chống lại Đức Chúa Trời.

Vì vậy, chúng ta phải phá bỏ bức tường tội lỗi ngăn cách giữa Đức Chúa Trời và chúng ta. Đức Chúa Trời sai Chúa Giê-su Christ và ban Lời chân lý đến thế gian này để ban sự sống đích thực cho nhân loại đang sống giữa đau khổ vì tội lỗi. Nếu chúng ta không sống theo lời chân lý này, hậu quả là sự chết.

Chúng ta cần phải sống theo lời dạy của Chúa hầu cho chúng ta nhận được sự cứu rỗi, sự sống đời đời, sự đáp lời cho những lời cầu nguyện và phước lành. Chúng ta không được phạm tội bất tuân bằng cách luôn tra xét tội lỗi mình, ăn năn và làm theo Lời Chúa để chúng ta có thể nhận được sự cứu rỗi trọn vẹn.

Chương 12

"Ta Sẽ Hủy Diệt Loài Người Khỏi Mặt Đất"

"Đức Giê-hô-va thấy sự hung ác của loài người trên mặt đất rất nhiều, và các ý tưởng của lòng họ chỉ là xấu luôn; thì tự trách đã dựng nên loài người trên mặt đất, và buồn rầu trong lòng. Đức Giê-hô-va phán rằng: Ta sẽ hủy diệt khỏi mặt đất loài người mà ta đã dựng nên, từ loài người cho đến loài súc vật, loài côn trùng, loài chim trời; vì ta tự trách đã dựng nên các loài đó. Nhưng Nô-ê được ơn trước mặt Đức Giê-hô-va."
(Sáng thế ký 6:5-8)

Trong Kinh thánh, chúng ta có thể thấy con người đã phạm tội nghiêm trọng đến mức nào trong thời Nô-ê. Đức Chúa Trời rất đau buồn về việc tạo ra con người đến nỗi Ngài tuyên bố rằng Ngài sẽ xóa họ khỏi mặt đất bằng nước lụt. Đức Chúa Trời đã tạo ra con người, Ngài đi cùng họ và tuôn đổ tình yêu tràn đầy lên loài người, vậy tại sao Ngài phải giáng sự phán xét lên loài người như thế này? Chúng ta hãy xem xét các lý do dẫn đến phán xét của Chúa, và làm thế nào chúng ta có thể tránh phán xét của Chúa, và thay vào đó, nhận được phước lành của Ngài.

Sự khác nhau giữa một kẻ ác với một người thiện

Khi chúng ta thông giao với mọi người, chúng ta có cảm nhận nhất định về họ. Đôi khi chúng ta có thể cảm nhận được liệu họ xấu, hay tốt. Phần lớn, những người lớn lên trong một môi trường tốt và nhận được sự dạy dỗ đúng đắn thì có những tính cách nhẹ nhàng và tấm lòng nhân hậu. Ngược lại, những người lớn lên trong môi trường khắc nghiệt, nhìn thấy và trải nghiệm nhiều điều xấu xa lệch khỏi lẽ thật, có nhiều khả năng có những tính cách hư hỏng và có xu hướng trở thành kẻ làm ác hơn. Tất nhiên, có những người trở nên giả dối trong cách ăn ở của mình mặc dù họ được nuôi dưỡng trong một môi trường tốt cũng có những người vượt qua môi trường bất lợi của họ và trở nên thành công và có tấm lòng nhân hậu. Nhưng liệu có bao nhiêu người có thể được nuôi dưỡng trong một môi trường tốt và được giáo dục tốt, và trên hết là nỗ lực để sống một cuộc sống tốt đẹp?

Nếu chúng ta muốn nhìn vào những người tốt để lấy đó làm gương, chúng ta có thể nhìn xem Trinh Nữ Ma-ri người đã sinh ra Chúa Giê-su, và chồng của cô, Giô-sép. Khi Giô-sép biết được Ma-ri đã mang thai mặc dù ông chưa hề ăn ở với cô ta, ông đã làm gì? Theo Luật thời đó, một người ngoại tình thì phải bị ném đá đến chết. Tuy nhiên, Giô-sép không công khai tiết lộ điều nầy. Ông muốn lặng lẽ hủy bỏ hôn ước của mình. Thật là một người có tấm lòng nhân hậu!

Mặt khác, một ví dụ về một người ác ấy là Áp-sa-lôm. Khi người anh em cùng cha khác mẹ của mình, A-môn, đã xâm hại em gái mình, anh ta quyết định trả thù. Vì vậy, khi tìm thấy thời cơ thích hợp, Áp-sa-lôm đã giết A-môn. Và anh ta thậm chí còn gây phẫn nộ với cha mình là Đa-vít về vấn đề này. Cuối cùng anh ta nổi loạn chống lại cha mình. Tất cả những điều xấu xa này đã dẫn đến một kết cục bi thảm cho cuộc đời của Áp-sa-lôm.

Ấy là tại sao Ma-thi-ơ 12:35 nói rằng, "Người lành do nơi đã chứa điều thiện mà phát ra điều thiện; nhưng kẻ dữ do nơi đã chứa điều ác mà phát ra điều ác." Đối với nhiều người, khi lớn lên, bất kể dự định của họ là gì, cái ác tự nhiên được gieo vào lòng họ. Cách đây rất lâu, mặc dù điều đó không thường xuyên, nhưng có một số người sẵn sàng chết vì đất nước và nhân dân của họ. Tuy nhiên, trong thời đại ngày nay, rất khó để tìm thấy những người như vậy. Mặc dù họ đang trở nên xấu xa, nhưng nhiều người không thể nhận biết về điều nầy, và họ sống với suy nghĩ rằng mình là người đúng đắn.

Tại sao sự phán xét của Đức Chúa Trời xảy đến

Khi chúng ta nhìn vào những gì được ghi lại trong Kinh thánh hoặc lịch sử của loài người, bất kể thời đại nào, khi tội lỗi của loài người đã đạt đến đỉnh cao và sau đó vượt quá giới hạn, sự phán xét nghiêm khắc của Đức Chúa Trời xảy đến. Chúng ta có thể phân loại các phán xét của Đức Chúa Trời thành ba cấp độ chính.

Khi phán xét của Đức Chúa Trời giáng xuống những kẻ không tin, nó có thể giáng xuống toàn bộ một quốc gia, hoặc trên một cá nhân. Cũng có những trường hợp mà sự phán xét của Đức Chúa Trời có thể giáng lên chính dân sự Ngài. Khi cả một quốc gia phạm tội vượt quá phạm vi đạo đức của nhân loại, một tai họa lớn sẽ giáng lên toàn bộ quốc gia đó. Nếu một cá nhân phạm tội đáng bị phán xét, Chúa sẽ diệt anh ta. Khi người của Đức Chúa Trời phạm tội, họ bị sửa phạt luật. Điều nầy là vì

Chúa yêu dân sự Ngài, Ngài cho phép những thử thách và đau khổ xảy đến với họ để họ có thể học hỏi từ những sai lầm của mình và xoay bỏ chúng.

Là Đấng Tạo Hóa, Đức Chúa Trời không chỉ tể trị tất cả mọi người trên thế giới, mà với tư cách là Thẩm phán, Ngài còn cho phép con người gặt lấy những gì mình gieo. Trước đây, khi con người không biết Chúa, nếu có tấm lòng nhân hậu, họ đã tìm kiếm Chúa hoặc cố gắng sống trong sự công chính, đôi khi Chúa tỏ mình ra cho họ qua những giấc mơ và cho họ biết rằng Ngài là Đấng hằng sống.

Vua Nê-bu-cát-nết-sa của Đế quốc Ba-by-lôn là kẻ không tin Đức Chúa Trời, nhưng Ngài vẫn tiết lộ cho người trong một giấc mơ về những sự kiện sẽ xảy đến trong tương lai. Tuy không biết Chúa, nhưng ông đủ hào phóng để chọn ra những người ưu tú trong số những người bị bắt. Ông đã dạy họ về nền văn minh Ba-by-lôn, và thậm chí tiến cử họ vào các vị trí chủ chốt trong đế chế. Ông làm điều này là vì ở một góc của tấm lòng, ông nhận biết một vị thần tối cao. Vì vậy, ngay cả khi ai đó không biết Chúa, nếu người ấy có một tấm lòng ngay thẳng, Chúa sẽ tìm cách tỏ cho người biết rằng Ngài là Đức Chúa Trời hằng sống và ban thưởng cho người đó tùy theo việc làm của họ.

Nói chung, khi những kẻ chẳng tin làm điều ác, Đức Chúa Trời sẽ không sửa phạt họ trừ khi đó là một điều rất nghiêm trọng. Điều này là do họ không biết tội lỗi là gì và họ không liên quan gì đến Ngài. Họ giống như những đứa trẻ ngoài giá thú theo nghĩa thuộc linh. Cuối cùng họ sẽ bị sa xuống Địa ngục và họ đã bị kết án. Tất nhiên, nếu tội lỗi của họ đã đạt đến giới hạn và họ gây tổn hại lớn cho người khác, khi tội ác của họ vượt khỏi tầm kiểm soát của con người, ngay cả khi họ không có liên quan gì đến Đức Chúa Trời, Ngài cũng sẽ không tha thứ cho họ. Điều này là do Đức Chúa Trời là quan tòa phán xét giữa thiện và ác của toàn nhân loại.

Công vụ 12:23 chép rằng, "Liền lúc đó, có thiên sứ của Chúa đánh vua Hê-rốt, bởi cớ chẳng nhường sự vinh hiển cho Đức Chúa Trời; và vua bị trùng đục mà chết." Vua Hê-rốt là một kẻ không tin đã giết Gia-cơ, một trong mười hai môn đệ của Chúa Giê-su. Ông cũng là kẻ bỏ tù Phi-e-rơ. Nhưng khi trở nên hãnh diện như thế mình là một vị thần, Chúa đã đánh ông, và khiến bị trùng đục cho đến chết. Ngay cả một người không biết Chúa, nếu tội lỗi của người đó vượt quá giới hạn nhất định, họ sẽ chịu một bản án như vậy.

Còn trong trường đối với những người tin Chúa thì sao? Khi dân Y-sơ-ra-ên thờ thần tượng, đi lạc khỏi Đức Chúa Trời và phạm phải mọi điều xấu xa, Đức Chúa Trời không bỏ mặc họ. Ngài quở trách và dạy dỗ họ thông qua các nhà tiên tri, và nếu họ vẫn không nghe, Ngài sửa phạt họ để họ từ bỏ đường lối mình.

Hê-bơ-rơ 12:5-6 có chép rằng, "Hỡi con, chớ để ngươi sự sửa phạt của Chúa, Và khi Chúa trách, chớ ngã lòng; Vì Chúa sửa phạt kẻ Ngài yêu, Hễ ai mà Ngài nhận làm con, thì cho roi cho vọt." Đức Chúa Trời can thiệp khi con cái yêu thương của Ngài sai phạm trong việc làm của họ. Ngài khiến trách và kỷ luật họ để họ có thể ăn năn, xoay bỏ tội lỗi, và vui hưởng đời sống phước hạnh.

* Vì cớ sự hung ác của loài người trên mặt đất quá nhiều

Lý do sự phán xét của Đức Chúa Trời giáng xuống trên đất này là vì sự hung ác của loài người trên mặt đất đã quá nhiều (Sáng thế ký 6:5). Vậy thế gian trông như thế nào khi sự xấu xa của con người trở nên quá nhiều?

Trước tiên, có trường hợp mọi người, cùng với cả một dân tộc, chồng chất tội ác. Mọi người có thể trở thành một với đại diện của quốc gia họ, như tổng thống hoặc thủ tướng, và cùng nhau gây nên tội lỗi. Một ví dụ điển hình là Đức Quốc xã đáng hổ thẹn và nạn tàn sát người Do Thái. Cả đất nước Đức đã cùng với Hít-le tiêu diệt người Do Thái. Phương pháp của họ để thực hiện hành động xấu xa này là vô cùng tàn nhẫn.

Theo ghi nhận của lịch sử, khoảng 6 triệu người Do Thái đang cư trú ở Đức, Áo, Ba Lan, Hungary và Nga đã bị giết hại dã man bởi những công việc nặng nhọc, tra tấn, bỏ đói và tàn sát. Một số chết trần trong các buồng khí, một số bị đào hố chôn sống và một số bị giết bằng những cái chết khủng khiếp, họ bị đem làm vật thí nghiệm sống của con người. Vậy số phận của Hít-le và Đức, kẻ cầm đầu những hành động xấu xa này ra sao? Hít-le đã tự kết liễu đời mình và Đức trở thành một quốc gia hoàn toàn bị đánh bại, với một nhược điểm lịch sử lâu dài đối với tên quốc gia. Cuối cùng, đất nước bị phân đôi, Đông và Tây Đức. Những kẻ phạm tội ác chiến tranh tàn khốc đã phải thay đổi tên mình và chạy trốn từ nơi này sang nơi khác. Nếu họ bị bắt, họ thường chịu án tử hình.

Con người vào thời Nô-ê cũng đã chịu phán xét. Vì con người thời đó đầy dẫy tội lỗi, nên Đức Chúa Trời đã quyết định hủy diệt họ (Sáng thế 6: 11-17). Cho đến ngày xảy ra trận lụt, Nô-ê đã rao truyền về sự phán xét hầu đến, nhưng họ thậm chí không nghe cho đến cuối cùng. Trên thực tế, cho đến khi Nô-ê và gia đình bước vào tàu, mọi người vẫn ăn uống, cưới gả và đắm chìm trong những lạc thú. Theo Nô-ê, ngay cả khi họ thấy mưa rơi, họ vẫn không nhận biết điều gì đang xảy ra (Ma-thi-ơ 24: 38-39). Kết quả là tất cả mọi người đều chết trong trận lụt ngoại trừ Nô-ê và gia đình ông (Sáng thế ký chương 7).

Ngoài ra còn có ghi chép về thời của Áp-ra-ham trong Kinh

thánh về cách Đức Chúa Trời phán xét bằng lửa và diêm sinh đối với Sô-đôm và Gô-mô-rơ vì chúng đầy dẫy tội lỗi (Sáng thế ký 19). Ngoài những ví dụ này, chúng ta có thể thấy trong suốt lịch sử khi Đức Chúa Trời giáng xuống những phán xét khác nhau về nạn đói, động đất và bệnh dịch, v.v. trên toàn bộ một quốc gia khi nó đầy dẫy tội lỗi.

Tiếp theo là một trường hợp một cá nhân chịu phán xét, cho dù người đó có tin vào Chúa hay không, nếu chồng chất tội ác, người ấy bị phán xét theo những gì anh ta đã gây nên. Cuộc sống của một người có thể bị rút ngắn do hậu quả của tội ác của họ, hoặc tùy thuộc vào mức độ tội lỗi của mình mà người ấy sẽ phải đối mặt với một kết cục bi thảm trong những ngày cuối đời. Tuy nhiên, chỉ vì ai đó chết sớm không có nghĩa là người đó đã bị kết án; bởi vì có những trường hợp như Phao-lô và Phi-e-rơ, những người đã bị giết mặc dù họ sống đời sống công chính. Cái chết của họ cũng là cái chết công chính, vì vậy trên Thiên đàng, họ tỏa sáng như mặt trời. Có một số người công chính từ xưa, sau khi chỉ ra một sự thật với nhà vua, đã bị ép phải uống một lọ thuốc chết người để kết liễu mạng sống họ. Trong những trường hợp này, cái chết của họ không phải là kết quả của một bản án do tội lỗi, mà là một cái chết công chính.

Ngay cả trong thế giới ngày nay, dù là quốc gia hay cá nhân, tội lỗi của loài người là rất nhiều. Phần lớn, mọi người không tin vào Đức Chúa Trời là Đấng chân Thần và họ có đầy đủ ý riêng của mình. Họ hoặc theo đuổi các vị thần giả, thần tượng hoặc họ yêu những thứ khác hơn là yêu mến Chúa. Quan hệ tình dục trước hôn nhân đã trở nên phổ biến và phong trào hợp pháp hóa những người đồng tính nam, đồng tính nữ để họ cưới nhau làm vợ chồng ngày một thêm nhiều. Không chỉ vậy, ma túy còn tràn lan, đánh nhau, thù hằn, căm ghét và tham nhũng đầy dẫy khắp mọi nơi.

Có một mô tả về thời sau rốt trong Ma-thi-ơ 24:12-14, "Lại vì cớ tội ác sẽ thêm nhiều, thì lòng yêu mến của phần nhiều người sẽ nguội lần. Nhưng kẻ nào bền chí cho đến cuối cùng, thì sẽ được cứu. Tin lành nầy về nước Đức Chúa Trời sẽ được giảng ra khắp đất, để làm chứng cho muôn dân. Bấy giờ sự cuối cùng sẽ đến." Ấy là tình trạng hiện nay của thế giới chúng ta.

Giống như khi đứng trong bóng tối, chúng ta không thể biết có bụi bẩn trên thân thể mình hay không, vì có quá nhiều tội lỗi trong thế gian, mọi người đang sống trong tình trạng vô luật pháp và họ không biết rằng những việc làm của mình là vô luật pháp. Vì lòng họ đầy dẫy sự gian ác, tình yêu đích thực không thể đổ vào họ. Không tin tưởng, không chung thủy và đủ thứ việc đau lòng đang lan tràn vì tình yêu của con người ngày càng trở nên nguội lạnh. Làm thế nào Đức Chúa Trời, Đấng không tì vết và không không chỗ chê trách, cứ tiếp tục nhìn xem mọi thứ như vậy?

Nếu cha mẹ yêu thương con mình, nết đứa trẻ đang lầm lạc, cha mẹ sẽ làm gì? Cha mẹ sẽ cố gắng thuyết phục đứa trẻ thay đổi, và khiển trách nó. Nhưng nếu đứa trẻ vẫn không nghe, cha mẹ thậm chí sẽ đánh đòn để khiến đứa trẻ tỉnh ra. Nhưng nếu đứa trẻ làm những việc mà con người không thể chấp nhận được, cha mẹ có thể sẽ cắt đứt quan hệ với nó. Điều này cũng tương tự với Đức Chúa Trời là Đấng Tạo Hóa. Nếu tội lỗi của con người nhiều đến nỗi khiến họ trở nên không khác gì thú vật, thì Đức Chúa Trời không thể làm khác ngoài việc phán xét họ.

*Vì ý tưởng của lòng họ là xấu xa luôn

Khi Chúa giáng xuống sự phán xét, Ngài đau buồn không chỉ vì tội lỗi trên thế giới quá lớn, mà còn vì ý tưởng xấu xa luôn hiện diện trong tâm trí họ. Một người có tấm lòng chai lì cũng đầy những ý tưởng xấu xa. Kẻ ấy tham lam, luôn tìm cách mang lại lợi ích cho riêng mình, không từ bất cứ điều gì để làm giàu, và luôn có những ý nghĩ xấu xa. Điều này có thể đúng với một quốc gia cũng như một cá nhân. Thậm chí cũng có thể đúng với những kẻ tin Chúa. Mặc dù một người xưng nhận đức tin nơi Chúa, nhưng nếu người đó tích lũy Lời Chúa chỉ để làm tri thức mà không thực hành, anh ta sẽ không ngừng tìm kiếm lợi ích cho riêng mình, vì vậy anh ta không thể cưỡng được với những ý tưởng xấu xa.

Tại sao chúng ta thờ phượng Chúa và lắng nghe Lời Ngài? Đó là việc làm theo ý muốn Ngài và trở thành những người công bình như Chúa muốn. Nhưng có rất nhiều người gọi Chúa, Chúa, nhưng không sống theo ý muốn của Ngài. Cho dù họ tuyên bố đã làm bao nhiêu cho Chúa, vì long họ xấu xa, họ sẽ phải chịu phán xét, và họ sẽ không được vào Thiên đàng (Ma-thi-ơ 7:21). Không vâng giữ các điều răn và luật lệ của Đức Chúa Trời là phạm tội, và đức tin không có việc làm là đức tin chết, do đó những người như vậy không thể nhận được sự cứu rỗi.

Nếu đã nghe Lời Đức Chúa Trời, chúng ta cần loại bỏ sự ác và làm theo Lời Ngài. Bấy giờ, khi linh hồn chúng ta thịnh vượng, mọi sự trong đời sống chúng ta sẽ thịnh vượng; và chúng ta cũng được phước về sức khỏe. Vì vậy, chúng ta không gặp phải bệnh tật, thử thách và khổ nạn. Ngay cả khi những sự ấy tình cờ ập đến, tất cả mọi sự hiệp làm ích lợi, và chúng trở thành cơ hội để được phước.

Khi Chúa Giê-su đến thế giới này, những người có tấm long nhân từ như những kẻ chăn chiên, Tiên tri An-ne, Si-mê-ôn và những người khác đã nhận biết hài nhi Giê-su. Tuy nhiên, những người Pha-ri-si và Sa-đu-sê tuyên bố tuân thủ Luật pháp cách nghiêm chặt và các thầy thông giáo đều không nhận biết

Ngài. Nếu họ dầm thấm trong Lời Chúa, thì sự nhân từ đã ở trong lòng họ, và lẽ ra họ có thể nhận biết Chúa Giê-su và tin nhận Ngài. Nhưng không được thay đổi từ bên trong, họ chỉ biết phô trương và tập chú đến việc làm cho ra vẻ thánh thiện bề ngoài. Do đó, lòng họ chai lì và không thể hiểu được ý muốn của Đức Chúa Trời, để rồi họ không thể nhận biết Chúa Giê-su. Vì vậy, tùy thuộc vào mức độ nhân từ hay gian ác mà chúng ta chứa trong long mình, kết quả là rất khác.

Lời Chúa không thể được giải thích rõ ràng chỉ đơn giản bằng ngôn ngữ và kiến thức của con người. Một số người nói rằng để biết ý nghĩa chính xác của Kinh Thánh, người ta phải nghiên cứu tiếng Do Thái và tiếng Hy Lạp và thông giải từ văn bản gốc. Vậy thì tại sao những người Pha-ri-si, Sa-đu-sê, và các thầy tế lễ thượng phẩm không thể hiểu Kinh thánh cách rõ ràng mặc dù là bản ghi chép bằng tiếng Hê-bơ-rơ của họ và tại sao họ không nhận biết Chúa Giê-su? Điều này là do Lời Chúa được chép bởi sự linh cảm của Đức Thánh Linh và chỉ có thể được hiểu rõ khi một người được Đức Thánh Linh soi dẫn qua sự cầu nguyện. Kinh thánh không thể đơn giản được thông giải thông qua các phương tiện văn học.

Do đó, nếu chúng ta có sự giả dối trong lòng hoặc sự ham muốn xác thịt, sự mê tham của mắt hay sự kiêu ngạo của đời, thì chúng ta không thể nhận biết ý muốn của Đức Chúa Trời cũng không thể làm theo ý muốn của Ngài. Con người trong thời đại ngày nay xấu xa đến nỗi họ từ chối tin vào Đức Chúa Trời; và không chỉ vậy, ngay cả khi họ tuyên bố tin vào Chúa, họ vẫn hành động vô luật pháp và bất chính. Tóm lại, họ không làm theo ý Chúa. Đây là cách chúng ta nhận biết rằng sự phán xét của Đức Chúa Trời đang rất gần.

* **Vì mọi ý định trong lòng luôn xấu xa**

Lý do Chúa phải phán xét là vì mọi ý định trong lòng người luôn xấu xa. Khi chúng ta có những ý nghĩ xấu xa, những kế hoạch xuất phát từ những suy nghĩ này đều là xấu xa, và những suy nghĩ này cuối cùng đã xúi giục những hành động xấu xa. Chỉ cần nghĩ về bao nhiêu kế hoạch xấu xa đang diễn ra trong xã hội ngày nay.

Chúng ta thấy những người ở các vị trí cao trong hàng lãnh đạo của một quốc gia đòi hối lộ một số tiền lớn, hoặc lập các quỹ đen, đào bới vào những cuộc cãi vã và đánh nhau giận dữ. Dùng các phương pháp vô đạo đức kể cả âm mưu giết cha mẹ mình để chiếm hữu tài sản gia đình, và có những người trẻ tuổi lập kế hoạch cho đủ thứ mưu đồ xấu xa để kiếm tiền tiêu xài.

Ngay cả bọn con trẻ ngày nay cũng thực hiện kế hoạch xấu xa. Để có tiền đi chơi, hoặc mua thứ gì đó mà chúng thích, chúng nói dối cha mẹ hoặc thậm chí còn ăn cắp. Và, vì mọi người quá bận rộn với việc làm hài lòng bản thân, mọi ý định của trong lòng và mọi việc làm của họ chỉ là xấu xa. Khi một nền văn minh tiến bộ nhanh chóng về mặt vật chất, xã hội nhanh chóng trở nên chìm đắm trong một nền văn hóa suy đồi và tìm kiếm lạc thú. Đây chính xác là những gì đang xảy ra ngày nay, giống như thời Nô-ê khi tội lỗi đầy dẫy trên thế gian.

Để tránh khỏi sự phán xét của Đức Chúa Trời

Những người yêu mến Chúa và những người tỉnh thức tâm linh nói rằng sự trở lại của Chúa rất gần. Và như được chép trong Kinh thánh, các dấu hiệu của thời kỳ sau rốt, mà Chúa nói đến, đang bắt đầu xuất hiện rất rõ ràng. Ngay cả những người không tin cũng thường nói rằng chúng ta đang ở thời kỳ sau cuối.

Truyền đạo 12:14 cho biết, "Vì Đức Chúa Trời sẽ đem đoán xét các công việc, đến nỗi việc kín nhiệm hơn hết, hoặc thiện hoặc ác cũng vậy." Vì vậy, chúng ta phải biết rằng sự cuối cùng đã gần kề, chúng ta phải tranh chiến chống lại tội lỗi cho đến đổ huyết, loại bỏ mọi điều ác và trở nên công bình.

Những người tin nhận Chúa Giê-su Christ, có tên được chép trong Sách Sự sống trên Thiên đàng sẽ có được sự sống đời đời và được hưởng phước lành đời đời. Họ sẽ được khen thưởng tùy theo việc làm của mình, vì vậy sẽ có một số người được đặt ở những vị trí sáng như mặt trời và những người được đặt ở những vị trí sáng như mặt trăng hoặc các ngôi sao. Mặt khác, sau sự phán xét trước Tòa Trắng và Lớn, những kẻ có ý tưởng xấu xa trong lòng, cùng mọi kẻ có ý định gian ác và không chịu tin nhận Chúa Giê-su Christ, cũng không tin vào Đức Chúa Trời, sẽ phải chịu khốn khổ đời đời nơi Địa ngục.

Vì vậy, nếu chúng ta muốn tránh khỏi sự phán xét của Đức Chúa Trời, như có chép trong Rô-ma 12:2, chúng ta không được rập khuôn theo thế gian đầy dẫy mọi thứ xấu xa gian ác – đồi bại và tội lỗi. Chúng ta nên làm mới lòng mình và biến đổi để có thể giải mã được những gì tốt đẹp và trọn vẹn theo ý muốn của Đức Chúa Trời, và làm theo. Như Phao-lô đã xưng nhận, tôi chết hàng ngày, chúng ta phải thuận phục Đấng Christ và sống theo Lời Đức Chúa Trời. Theo cách này, tâm hồn chúng ta sẽ thịnh vượng, để chúng ta luôn có thể có những ý tưởng tốt đẹp, và việc làm ra từ lòng nhân từ. Bấy giờ, chúng ta sẽ thịnh vượng trong mọi sự của cuộc sống, chúng ta sẽ có sức khỏe tốt, và cuối cùng chúng ta sẽ được hưởng phước lành đời đời nơi Thiên đàng.

Chương 13

Chớ Chống Nghịch Ý Muốn Ngài

"Vả, Cô-rê, con trai của Dít-sê-ha, cháu của Kê-hát, chít của Lê-vi, giục theo mình Đa-than và A-bi-ram, con trai của Ê-li-áp, cùng với Ôn, con trai của Phê-lết, cháu Ru-bên. Các người nầy với hai trăm năm mươi người trong dân Y-sơ-ra-ên, vốn là quan tướng của hội nghị viên của hội đồng, có danh giá, đều hiệp nhau dấy nghịch cùng Môi-se và A-rôn, mà rằng: Thôi đủ rồi! Vì cả hội chúng đều là thánh, và Đức Giê-hô-va ngự ở trong; vậy sao các ngươi tự cao trên hội chúng của Đức Giê-hô-va?"
(Dân số ký 16:1-3)

"Vừa khi Môi-se nói dứt các lời nầy, đất ngay dưới chân họ bèn nứt ra; hả miệng nuốt họ, gia quyến và hết thảy phe Cô-rê cùng tài sản của chúng nó. Các người đó còn đương sống và mọi vật chi thuộc về họ đều xuống âm phủ; đất lấp lại và chúng nó bị diệt khỏi hội chúng. Cả Y-sơ-ra-ên ở xung quanh nghe tiếng họ la, đều chạy trốn, vì nói rằng: Chúng ta hãy coi chừng, kẻo đất nuốt chúng ta chăng! Rồi một ngọn lửa từ Đức Giê-hô-va lòe ra thiêu hóa hai trăm năm mươi người đã dâng hương."
(Dân số ký 16:31-35)

Nếu chúng ta làm theo Lời Chúa, tuân giữ các luật lệ Ngài và bước đi theo lẽ công bình, chúng ta sẽ được phước khi ra cũng như khi vào. Chúng ta được phước trong mọi sự của đời sống mình. Trái lại, nếu ai không vâng lời mà chống lại ý muốn của Đức Chúa Trời, thì sự phán xét sẽ đến trên kẻ đó. Vì vậy, chúng ta nên trở thành con cái thật của Đức Chúa Trời là những kẻ yêu mến Ngài, hết lòng vâng giữ các điều răn và làm theo các luật lệ Ngài.

Phán xét đến khi chúng ta chống lại ý muốn Ngài

Trước đây có một người với sự phẫn nộ chính đáng. Ông và một số đồng đội của mình đã đồng ý nhau và lên kế hoạch cho một cuộc cách mạng vĩ đại để cứu giúp đất nước mình. Khi ngày cách mạng đến gần, ý chí của họ càng thêm mạnh mẽ hơn. Nhưng sự phản bội của một trong những người đồng chí đã khiến toàn bộ kế hoạch cứu giúp đất nước của họ thất bại hoàn toàn. Thật đáng buồn và bi thảm biết bao khi sai lầm của một người đã chặn đứng ý tưởng tốt của nhiều người!

Một người đàn ông và một người phụ nữ nghèo đã kết hôn. Trong nhiều năm, hai người họ thắt lưng buộc bụng để để tiết kiệm. Cuối cùng họ đã mua một ít đất và bắt đầu có cuộc sống thoải mái. Rồi đột nhiên, người chồng trở nên nghiện cờ bạc và uống rượu, và anh ta đánh bạc tất cả những tài sản kiếm được của mình. Chúng ta có thể hình dung nỗi đau của người vợ là thế nào?

Nội mối quan hệ giữa con người với nhau, chúng ta có thể thấy những bi kịch xảy ra khi mọi người hành động trái ngược với nhau. Vậy chuyện gì sẽ xảy ra nếu một người quyết định đi ngược lại ý muốn của Đức Chúa Trời, Đấng tạo dựng nên vũ trụ? Khi đọc sách Dân số ký 16:1-3, có một sự kiện mà Cô-rê,

Đa-than và Ôn, cùng với 250 người lãnh đạo nổi tiếng của hội chúng đã nổi lên chống lại ý muốn của Đức Chúa Trời. Môi-se là lãnh đạo của họ, người mà Đức Chúa Trời đã chọn cho họ. Cùng với Môi-se, con cái của Y-sơ-ra-ên trở nên đồng một lòng vượt qua cuộc sống khó khăn ở nơi hoang mạc và đi vào xứ Ca-na-an. Nhưng sự kiện đau lòng này đã xảy ra.

Kết quả là Cô-rê, Đa-than và Ôn cùng với gia đình của họ đã bị chôn sống khi mặt đất bên dưới họ tách ra và nuốt chửng họ. Hết thảy 250 lãnh đạo của hội chúng cũng bị diệt bởi ngọn lửa của Chúa. Tại sao điều này xảy ra? Đứng lên chống lại một người lãnh đạo mà Chúa đã chọn cũng giống như chống lại chính Ngài.

Ngay cả trong cuộc sống hàng ngày của chúng ta, những trường hợp chống lại Chúa xảy ra thường xuyên. Mặc dù Đức Thánh Linh thúc giục lòng chúng ta, chúng ta cứ đi ngược lại nếu ý muốn của Ngài không hợp với suy nghĩ và mong muốn của chúng ta. Càng làm theo suy nghĩ của chính mình thay vì của Ngài, chúng ta càng đi ngược lại ý muốn của Chúa. Thật thất vọng khi chúng ta không thể nghe thấy tiếng phán của Đức Thánh Linh. Vì chúng ta làm theo theo ý muốn của mình, chúng ta gặp phải gian nan thử thách.

Những kẻ chống lại ý muốn của Đức Chúa Trời

Trong Dân số ký chương 12, có một cảnh mà anh của Môi-se, A-rô, và chị gái của ông, Mi-ri-am, đã lên tiếng chống lại Môi-se vì người đã cưới một người nữ Ê-thi-ô-bi làm vợ. Họ buộc tội người mà rằng, "Đức Giê-hô-va há chỉ dùng một mình Môi-se mà phán sao? Ngài há không dùng chúng ta mà phán nữa sao?" (c. 2) Ngay lập tức, cơn thịnh nộ của Đức Chúa Trời liền giáng xuống A-rôn và Mi-ri-am, và Mi-ri-am liền bị phung.

Sau đó Chúa quở trách hai người, mà rằng: "Nếu trong các ngươi có một tiên tri nào, ta là Đức Giê-hô-va sẽ hiện ra cùng người trong sự hiện thấy, và nói với người trong cơn chiêm bao. Tôi tớ Môi-se ta không có như vậy, người thật trung tín trong cả nhà ta. Ta nói chuyện cùng người miệng đối miệng, một cách rõ ràng, không lời đố, và người thấy hình Đức Giê-hô-va. Vậy các ngươi không sợ mà nói hành kẻ tôi tớ ta, là Môi-se sao?"(c. 6-8).

Vậy, hãy để ý xem ý nghĩa của việc đi ngược lại ý muốn của Đức Chúa Trời, bằng cách quan sát một số ví dụ từ Kinh thánh.

1) Dân sự Y-sơ-ra-ên thờ lạy thần tượng

Trong cuộc Xuất hành, dân sự Y-sơ-ra-ên đã tận mắt nhìn thấy mười tai họa giáng xuống Ai Cập và Biển Đỏ phân đôi trước mặt họ. Họ đã trải nghiệm đủ thứ dấu kỳ phép lạ khiến họ phải nhận biết rằng Chúa là Đức Chúa Trời hằng sống. Nhưng họ đã làm gì trong khi Môi-se lên núi kiêng ăn trong 40 ngày để nhận Mười Điều Răn từ Đức Chúa Trời? Họ đã làm nên một con bò vàng và thờ lạy nó. Đức Chúa Trời đã biệt riêng Y-sơ-ra-ên làm một tuyển dân của Ngài, và kết quả là khoảng ba ngàn người trong số họ đã chết (Xuất Ê-díp-tô ký chương 32).

Còn trong 1 Sử ký 5:25-26, có chép, "Song chúng phạm tội cùng Đức Chúa Trời của các tổ phụ mình, và thông dâm cùng những thần của các dân tộc của xứ mà Đức Chúa Trời đã hủy hoại trước mặt chúng. Đức Chúa Trời của Y-sơ-ra-ên xui giục lòng Phun, vua nước Si-ri, và Tiếc-la Phi-lê-se, cũng vua nước Si-ri, đến bắt người Ru-bên, người Gát, và nửa chi phái Ma-na-se, đem chúng về ở Ha-la, Cha-bo, Ha-ra, và miền gần sông Gô-xan, là nơi chúng còn ở cho đến ngày nay." Bởi vì người Y-sơ-ra-ên đã hành dâm cùng dĩ điếm, thờ lạy các thần của xứ Ca-na-an, nên Đức Chúa Trời đã khiến cho vua A-sy-ri đến xâm chiếm Y-sơ-ra-ên và hiếu người trong số họ bị bắt làm phu tù. Hành động người Y-sơ-ra-ên chống nghịch Đức Chúa Trời đã gây ra thảm họa này.

Lý do vương quốc phía bắc Y-sơ-ra-ên bị A-sy-ri phá hủy và vương quốc miền nam Giu-đa bị Ba-by-lôn phá hủy, cũng là vì tội thờ thần tượng.

Theo thuật ngữ ngày nay, nó giống như tôn thờ một thần tượng làm bằng vàng, bạc, đồng, v.v ... Nó cũng giống như trường hợp những người đặt đầu lợn luộc trên bàn và thờ lạy trước linh hồn của tổ tiên quá cố. Thật là một cảnh đáng xấu hổ khi con người là cao nhất trong tất cả các tạo vật cúi đầu trước một con lợn chết và cầu xin nó ban phước!

Trong Xuất Ê-díp-tô ký 20:4-5 Đức Chúa Trời có phán truyền rằng, "Ngươi chớ làm tượng chạm cho mình, cũng chớ làm tượng nào giống những vật trên trời cao kia, hoặc nơi đất thấp nầy, hoặc trong nước dưới đất. Ngươi chớ quì lạy trước các hình tượng đó, và cũng đừng hầu việc chúng nó."

Ngài cũng phán tỏ tường về những rủa sả sẽ giáng lên họ nếu họ xem nhẹ các điều răn và không vâng giữ các điều răn đó. Ngài cũng tuyên bố về phước lành mà họ sẽ được nhận lãnh nếu họ khắc ghi những sự ấy trong lòng và làm theo. Đức Chúa Trời phán, "Ta là Giê-hô-va Đức Chúa Trời ngươi, tức là Đức Chúa Trời kỵ tà, hễ ai ghét ta, ta sẽ nhân tội tổ phụ phạt lại con cháu đến ba bốn đời, và sẽ làm ơn đến ngàn đời cho những kẻ yêu mến ta và giữ các điều răn ta."

Đó là lý do tại sao khi nhìn xung quanh, chúng ta có thể thấy rằng nhiều gia đình có lịch sử thờ cúng thần tượng trải qua đủ thứ đau khổ. Một ngày nọ, một thành viên nhà thờ đã cúi lạy trước một thần tượng đã phải trải qua một thử thách khó khăn. Miệng cô, vốn khá bình thường trước đây, bị vặn vẹo và biến dạng đến mức cô không thể nói được. Khi hỏi cô ấy chuyện gì đã xảy ra, cô nói rằng cô ấy đã đi thăm gia đình vào những ngày nghỉ và vì không thể vượt qua áp lực của họ nên cô phải cúi lạy trước của lễ cúng cho những ông bà tổ tiên theo truyền thống, cô ấy đã nhượng bộ và cúi lạy. Ngày hôm sau, miệng cô bị vặn sang một bên. May mắn thay, cô đã hết lòng ăn năn trước mặt Chúa và nhận được lời cầu nguyện. Miệng cô đã lành và trở lại bình thường. Chúa đã dẫn cô đến con đường cứu rỗi bằng cách cho cô một bài học để nhận biết rằng việc thờ hình tượng là con đường dẫn đến hủy diệt.

2) Pha-ra-ôn từ chối để người Y-sơ-ra-ên đi

Trong Xuất Ê-díp-tô ký chương 7-12, con cái Y-sơ-ra-ên, từng là nô lệ ở Ai Cập, đã cố gắng rời khỏi Ai Cập dưới sự lãnh đạo của Môi-se. Nhưng Pha-ra-ôn đã không để họ ra đi, và vì lý do này, tai họa lớn đã giáng xuống Pha-ra-ôn và Ai Cập. Đức Chúa Trời là Đấng Tạo Hóa là Đấng tể trị trên sự sống và sự chết của loài người, do đó không ai có thể đi ngược lại ý muốn của Ngài. Ý muốn của Đức Chúa Trời là đem dân sự Y-sơ-ra-ên ra khỏi xứ Ai Cập. Nhưng Pha-ra-ôn, người có tấm lòng chai lì, đã cản trở ý muốn của Đức Chúa Trời.

Do đó, Đức Chúa Trời đã giáng xuống mười tai họa trên Ai Cập. Lúc bấy giờ khắp xứ đều tang tóc. Cuối cùng, Pha-ra-ôn miễn cưỡng để dân sự Y-sơ-ra-ên ra đi, nhưng trong lòng đầy phẫn nộ. Vì vậy, ông đã phái quân đội của mình đuổi theo họ, thậm chí đến Biển Đỏ là nơi nước đã được phân đôi. Cuối cùng, toàn bộ đội quân của Ai Cập đang truy đuổi đã bị chôn vùi dưới Biển Đỏ. Pha-ra-ôn đã đi ngược lại ý muốn của Đức Chúa Trời cho đến cùng, vì vậy sự phán xét đã giáng trên ông. Đức Chúa Trời đã nhiều lần tỏ cho ông biết rằng Ngài là Đức Chúa Trời hằng sống, thì Pha-ra-ôn nên nhận biết rằng Đức Chúa Trời là Đấng chân thần duy nhất. Ông ta nên tuân theo ý muốn của Ngài. Ngay cả theo tiêu chuẩn của con người, việc để cho dân sự Y-sơ-ra-ên ra đi là điều nên làm.

Đối với một quốc gia việc bắt toàn bộ một dân tộc khác làm nô lệ là điều sai trái. Hơn nữa, Ai Cập đã có thể tránh được nạn đói lớn nhờ Giô-sép, con trai của Gia-cốp. Mặc dù thực tế đã 400 năm trôi qua, nhưng có một sự thật lịch sử rằng Ai Cập đã nợ Y-sơ-ra-ên về sự cứu giúp với tư cách là một quốc gia. Nhưng thay vì trả ơn cho Y-sơ-ra-ên về ân sủng mà họ đã nhận được, Ai Cập đã ép Y-sơ-ra-ên lâm vào tình trạng nô lệ. Vậy sự ấy là điều xấu xa như thế nào? Pha-ra-ôn, người có quyền lực tuyệt đối, là một kẻ kiêu ngạo đầy tham lam. Đó là lý do tại sao ông đã chống lại Đức Chúa Trời đến cùng, và nhận lấy sự phán xét cuối cùng của Ngài.

Có những người như vậy trong xã hội chúng ta ngày nay và Kinh Thánh cảnh báo rằng sự phán xét đang chờ đợi họ. Sự hủy diệt đang chờ đợi những người từ chối tin vào Chúa vì sự hiểu biết và sự kiêu ngạo của họ và họ tự hỏi cách dại dột rằng, "Đức Chúa Trời ở đâu?"

Ngay cả khi họ xưng nhận tin vào Chúa, nếu họ không để ý đến mạng lệnh của Đức Chúa Trời bằng ý thích bất chợt và sự bướng bỉnh của mình, nếu họ có thù oán hay cay đắng với người khác, hoặc nếu họ là một người đứng đầu trong nhà thờ và tuyên bố sẽ làm việc chăm chỉ vì vương quốc của Chúa, và bởi vì sự ghen tị hoặc tham lam của họ, họ làm đảo lộn và chọc phá những người xung quanh, họ không khác gì Pha-ra-ôn.

Phải biết rằng ý muốn của Đức Chúa Trời đối với chúng ta là sống trong Sự Sáng, nếu chúng ta tiếp tục sống trong tối tăm, thì chúng ta sẽ phải chịu chung những đau đớn của những kẻ không tin Chúa. Điều này là do Chúa liên tục cảnh báo mọi người, nhưng họ không lắng nghe trong khi họ chống lại ý chỉ của Ngài mà hướng về thế gian.

Trái lại, khi một người sống ngay thẳng, lòng của họ trở nên trong sạch, và vì lòng họ bắt đầu trở nên giống tấm lòng của Đức Chúa Trời, nên kẻ thù của họ phải tránh xa. Bất luận người đó có thể mắc bệnh gì nghiêm trọng, hay có thể gặp phải những thử thách và khó khăn nào, nếu tiếp tục làm điều ngay thẳng trước mặt Đức Chúa Trời, người ấy sẽ trở nên khỏe mạnh, mọi thử thách và đau khổ sẽ tiêu tan. Nếu một ngôi nhà dơ bẩn, gián, chuột và tất cả các loại sâu bệnh bẩn thỉu xuất hiện. Nhưng nếu ngôi nhà được dọn dẹp và khử trùng, các loài gây hại không thể sống trong đó nữa và chúng tự nhiên biến mất. Điều này cũng giống như vậy đối với tấm lòng của con người.

Khi Chúa rủa sả con rắn đã cám dỗ con người, Ngài phán cùng nó rằng, "...mầy sẽ bò bằng bụng và ăn bụi đất trọn cả đời" (Sáng thế 3:14). Điều này không có nghĩa là con rắn sẽ ăn bụi bẩn trên mặt đất. Ý nghĩa thuộc linh của việc này là Chúa phán cùng kẻ thù là ma quỷ, kẻ đã xúi giục con rắn ăn thịt người, những kẻ được tạo dựng từ bụi đất. Về mặt tâm linh, "xác thịt" là thứ dễ thay đổi và hư nát. Nó biểu thị sự không trung thực là con đường dẫn đến sự chết.

Do đó, kẻ thù ma quỷ mang đến những cám dỗ, hoạn nạn và đau đớn cho những con người xác thịt phạm tội giữa sự giả dối và cuối cùng dẫn họ đến con đường chết. Tuy nhiên, kẻ thù không thể đến gần những người thánh khiết không có tội lỗi và sống theo Lời Chúa. Do đó, nếu chúng ta sống trong sự công chính, thì bệnh tật, thử thách và hoạn nạn tự nhiên lìa khỏi chúng ta.

Trong Giô-suê chương 2, có một người, trái ngược với Pha-ra-ôn, là một người ngoại nhưng được Đức Chúa Trời sử dụng để hoàn thành ý chỉ của Ngài và nhận được phước lành. Đây là một người nữ tên là Ra-háp sống tại Giê-ri-cô vào thời kỳ Xuất hành. Sau khi ra khỏi Ai Cập và lang thang 40 năm trong vùng hoang mạc, người Y-sơ-ra-ên mới vượt qua sông Giô-đanh. Họ đóng trại và sẵn sàng tấn công Giê-ri-cô bất cứ lúc nào.

Ra-háp không phải là người Y-sơ-ra-ên nhưng cô đã nghe về họ qua tin đồn. Cô nghe nói rằng Chúa là Đức Chúa Trời, Đấng chủ tể toàn vũ trụ, đã ở cùng dân sự Y-sơ-ra-ên. Cô cũng biết rằng Đây là Đức Chúa Trời mà không phải các thần sẽ giết chóc cách thiếu thận trọng hoặc không có lý do. Vì Ra-háp biết Chúa là Đức Chúa Trời công bình, cô đã bảo vệ các thám tử Y-sơ-ra-ên bằng cách che giấu họ. Vì Ra-háp biết ý chỉ của Chúa và giúp thực hiện ý chỉ của Ngài, cô và cả nhà mình đều được cứu khi Giê-ri-cô bị phá hủy. Chúng ta cũng cần phải thực hiện ý chỉ của Đức Chúa Trời để có được một đời sống tâm linh, nhờ đó chúng ta có thể nhận được giải pháp cho nhiều vấn đề khác nhau và nhận được sự đáp lời cho những lời cầu nguyện của mình.

3) Hê-li, thầy tế lễ và các con trai của ông lìa bỏ lễ nghi của Đức ChúaTrời

Trong 1 Sa-mu-ên chương 2, chúng ta thấy rằng các con trai thầy tế lễ Hê-li là những kẻ vô luật pháp, chạm vào thức ăn đã được biệt riêng để dâng lễ cho Đức Chúa Trời, và thậm chí còn ăn nằm cùng những người nữ hầu việc tại cửa hội mạc. Dầu vậy, cha của họ, Hê-li là thầy tế lễ, chỉ đơn giản khiến trách chúng bằng lời nói, và đã không thực hiện bất kỳ hành động nào để chấm dứt sai lầm mà chúng vi phạm. Cuối cùng, các con trai của ông đã bị giết trong cuộc chiến chống lại người Phi-li-tin, còn thầy tế lễ Hê-li thì ngã khỏi ghế, gãy cổ mà chết khi ông khi nghe tin này. Hê-li chết theo cách này vì tội đã không dạy dỗ con mình đúng cách.

Điều tương tự cũng xảy ra với chúng ta ngày hôm nay. Nếu chúng ta thấy những người xung quanh ngoại tình bằng xác thịt, hoặc đi chệch khỏi trật tự của Đức Chúa Trời, mà chúng ta chỉ chấp nhận họ chứ không dạy họ đúng và sai, thì chúng ta không khác gì thầy tế lễ Hê-li. Ở đây, chúng ta phải nhìn lại chính mình và xem liệu chúng ta có giống Hê-li và các con trai của ông hay không.

Điều tương tự cũng xảy ra đối với việc sử dụng tiền phần mười và các của dâng đã được dâng cho Chúa để chi tiêu cho cá nhân. Khi chúng ta không dâng trọn phần mười và các của dâng, điều đó giống như ăn cắp của Chúa, do đó, một sự rủa sả sẽ giáng xuống gia đình hoặc quốc gia của chúng ta (Ma-la-chi 3:8-9). Ngoài ra, bất cứ điều gì đã được dành riêng để dâng cho Đức Chúa Trời thì không nên thay đổi bằng bất cứ điều gì khác. Nếu đã quyết định dâng lên Đức Chúa Trời, chúng ta phải thực hiện. Và nếu muốn thay đổi sự ấy bằng một điều gì đó tốt hơn, chúng ta phải dâng hết cả hai.

Ngoài ra, không đúng khi một nhà lãnh đạo tế bào hoặc thủ quỹ của một nhóm tế bào trong nhà thờ sử dụng phí thành viên thu được khi họ thấy phù hợp. Sử dụng quỹ nhà thờ cho một mục đích khác với dự định hoặc sử dụng tiền để dành cho một sự kiện cụ thể nào đó cho mục đích khác, cũng thuộc danh mục 'ăn cắp của Đức Chúa Trời'. Hơn nữa, tra tay vào tài sản của Chúa là ăn cắp giống như Giu-đa Ích-ca-ri-ốt. Nếu ai đó đánh cắp tiền của Chúa, người đó phạm một tội lớn hơn tội lỗi của các con trai Hê-li, và sẽ không được tha thứ. Nếu phạm tội này vì không có sự hiểu biết rõ ràng, người ấy cần phải xưng tội, hết lòng ăn năn, và không bao giờ tái phạm. Người ta bị rủa sả vì những tội lỗi này. Những sự cố bi thảm, tai nạn và bệnh tật xảy đến trên cuộc sống của họ, và đức tin cũng không thể được ban cho những người ấy.

4) Những người trai trẻ nhạo báng Ê-li-sê và những trường hợp tương tự khác

Ê-li-sê là một đầy tớ đầy quyền năng của Đức Chúa Trời, người đã tương giao với Ngài và được Ngài bảo vệ. Nhưng trong 2 Các vua chương 2, chúng ta bắt gặp một cảnh tượng trong đó rất nhiều bọn trai trẻ tụ tập thành một nhóm, đi theo Ê-li-sê vây xung quanh và chế giễu người. Chúng xấu xa đến nỗi đã đi theo người từ trong thành ra khỏi thành, la hét, "Ớ lão trọc, hãy lên! Ớ lão trọc, hãy lên!" Cuối cùng, Ê-li-sê không thể chấp nhận nữa, và ông đã nhân danh CHÚA rủa sả chúng, và hai con gấu cái từ trong rừng bước ra xé xác 42 đứa trong bọn chúng. Vì Kinh thánh ghi lại rằng 42 người trong số chúng đã chết, chúng ta có thể suy ra rằng số bọn trai trẻ quấy rầy Ê-li-sê thực sự lớn hơn nhiều.

Những rủa sả và phước lành đến từ một người đầy tớ được Chúa bảo vệ sẽ diễn ra đúng như lời họ nói. Đặc biệt nếu ai đó chế nhạo, nói xấu hoặc buôn chuyện về một người của Chúa, điều đó giống như nói xấu và chế giễu Chúa. Do vậy, điều ấy cũng giống như việc chống lại ý chỉ của Đức Chúa Trời.

Và điều gì đã xảy ra với người Do Thái đóng đinh Chúa Giê-su trên thập giá và la hét lên rằng xin huyết Ngài đổ lên chính họ và con cháu của họ? Vào năm 70, Giê-ru-sa-lem đã bị phá hủy hoàn toàn bởi Tướng quân La-mã Ti-tớt và quân đội của ông. Số người Do Thái bị giết vào thời điểm đó là 1,1 triệu. Sau đó, người Do Thái bị tan lạc khắp thế giới, hứng chịu đủ thứ sỉ nhục và bắt bớ. Sau đó, một lần nữa sáu triệu người đã bị giết dưới tay Đức quốc xã. Như có thể thấy, cuối cùng của việc nổi loạn và chống lại ý chỉ của Đức Chúa Trời sẽ mang lại hậu quả to lớn.

Người hầu của Ê-li-sê, Ghê-ha-xi, cũng ở trong hoàn cảnh tương tự. Là một môn đệ của Ê-li, người đã nhận được sự đáp lời bằng lửa, Ê-li-sê đã nhận được sự xức dầu gấp hai lần thầy mình đã có. Vì vậy, chỉ cần có thể phục vụ một bậc thầy như Ê-li-sê là một phước hạnh lớn. Đích thân Ghê-ha-xi đã tận mắt nhìn thấy nhiều dấu lạ mà Ê-li-sê đã làm. Nếu nghe lời Ê-li-sê và nhận lấy những lời dạy của người, có lẽ ông cũng đã nhận được quyền năng và phước hạnh lớn lao. Thật không may, Ghê-ha-xi đã không thể làm được điều này.

Có một thời, nhờ quyền năng của Đức Chúa Trời, Ê-li-sê đã chữa lành cho Na-a-man, quan tổng binh của vua Sy-ri, người bị mắc bệnh phung. Na-a-man đã cảm động đến mức ông muốn tặng Ê-li-sê một món quà lớn. Tuy nhiên, Ê-li-sê đã từ chối cách thẳng thừng. Ông đã làm điều này vì không nhận quà là điều càng làm vinh hiển Chúa hơn.

Nhưng không hiểu ý của thầy mình, và bị mù lòng bởi việc quá xem trọng vật chất, Ghê-ha-xi đuổi theo quan tổng binh Na-a-man, nói dối cùng người và nhận quà của ông ta. Ghê-ha-xi mang những món quà ấy về và giấu chúng. Ê-li-sê đã biết chuyện gì đã xảy ra, vì vậy ông đã cho Ghê-ha-xi cơ hội để ăn năn, nhưng người đã bác bỏ lời buộc tội và không ăn năn. Kết quả là, bệnh phung của Na-a-man đã đến trên Ghê-ha-xi. Ấy không chỉ là hành động chống lại ý chỉ của Ê-li-sê, mà còn là hành động chống lại ý chỉ của Đức Chúa Trời.

5) Nói dối Đức Thánh Linh

Trong Công vụ chương 5, có một sự kiện mà một cặp vợ chồng, A-na-nia và Sa-phi-ra, nói dối Phi-e-rơ. Là thành viên của hội thánh đầu tiên, họ quyết định bán tài sản của mình và dâng tiền cho Chúa. Nhưng khi thực sự nắm giữ tiền trong tay, lòng tham đã bắt lấy họ. Vì vậy, họ chỉ dâng một phần tiền và nói dối, mà rằng đó là tất cả số tiền mình có. Hai người ấy đã chết vì hành động này. Điều này là vì họ không chỉ nói dối với con người, mà còn nói dối với Đức Chúa Trời và Đức Thánh Linh. Họ đã thử Thần của Chúa.

Chúng tôi chỉ chia sẻ một vài ví dụ, nhưng ngoài những điều này, có rất nhiều sự kiện mà người ta đi ngược lại ý chỉ của Đức Chúa Trời. Luật pháp của Đức Chúa Trời không phải để trừng phạt chúng ta mà giúp chúng ta nhận biết tội lỗi, để chúng ta cậy vào quyền năng của Chúa Giê-su Christ mà vượt qua chúng, và cuối cùng để giúp chúng ta nhận lãnh ơn phước dồi dào của Ngài. Vì vậy, chúng ta hãy nhìn lại tất cả các việc làm của mình để xem liệu có điều gì đi ngược lại ý muốn của Đức Chúa Trời hay không, và nếu có, chúng ta nên xoay bỏ hoàn toàn và chỉ làm theo ý muốn của Ngài.

Bảng chú giải thuật ngữ

Lò Lửa và Rơm Rác

'Lò lửa' là một buồng kín, trong đó nhiệt được tạo ra để sưởi ấm, thiêu hủy phế phẩm, làm tan chảy hoặc tinh luyện quặng, v.v. Trong Kinh Thánh, từ 'lò lửa' được dùng để biểu thị sự đau khổ, phán xét, địa ngục của Đức Chúa Trời, v.v. ba người bạn của Đa-ni-ên, Sa-đơ-rắc, Mê-sác, A-bết-Nê-gô từ chối cúi đầu thờ lạy trước tượng vàng mà Nê-bu-cát-nết-sa đã dựng lên, vì vậy họ bị ném vào một lò lửa. Tuy nhiên, với sự giúp đỡ của Đức Chúa Trời, họ đã ra khỏi đó mà không hề hấn gì (Đa-ni-ên chương 3).

'Rơm rác' là thân của cây lúa, được sử dụng làm ổ rơm và thức ăn cho động vật, để lợp, và để dệt hoặc bện thành giỏ. Trong Kinh thánh, 'rơm' tượng trưng cho một cái gì đó rất tầm thường và không có giá trị.

Kiêu ngạo là gì?

Kiêu ngạo là xem người khác không bằng mình. Ấy là coi thường người khác, và cho rằng 'Tôi giỏi hơn họ'. Một trong những trường hợp điển hình nhất mà loại kiêu ngạo này tỏ ra ở một người là khi họ nghĩ rằng mình được yêu thương và được công nhận bởi người đứng đầu một tổ chức hoặc một nhóm mà cá nhân đó thuộc về. Đức Chúa Trời đôi khi sử dụng phương thức khen ngợi để một cá nhân nào đó có thể nhận ra rằng mình có bản chất kiêu ngạo.

Một trong những hình thức kiêu ngạo phổ biến nhất là phán xét và lên án người khác. Chúng ta đặc biệt phải cẩn thận để không dung dưỡng sự kiêu ngạo thuộc linh khiến chúng ta phán xét người khác bằng Lời Chúa, vốn được được sử dụng làm cơ sở để phản ánh chính chúng ta. Sự kiêu ngạo thuộc linh là một hình thức xấu xa rất nguy hiểm vì không dễ để tự nhận biết; do đó chúng ta phải đặc biệt cẩn thận để không trở nên kiêu ngạo thuộc linh.

Chương 14

"Đức Giê-hô-va vạn quân phán vậy"

*"Vì nầy, ngày đến, cháy như lò lửa. Mọi kẻ kiêu ngạo, mọi kẻ làm sự gian ác sẽ như rơm cỏ; Đức Giê-hô-va vạn quân phán: Ngày ấy đến, thiêu đốt chúng nó, chẳng để lại cho chúng nó hoặc rễ hoặc nhành. Nhưng về phần các ngươi là kẻ kính sợ danh ta, thì mặt trời công bình sẽ mọc lên cho, trong cánh nó có sự chữa bịnh; các ngươi sẽ đi ra và nhảy nhót như bò tơ của chuồng. Các ngươi sẽ giày đạp những kẻ ác, vì trong ngày ta làm, chúng nó sẽ như là tro dưới bàn chân các ngươi,
Đức Giê-hô-va vạn quân phán vậy."
(Ma-la-chi 4:1-3)*

Chúa đưa mọi việc làm ra để phán xét; kể cả những điều ẩn giấu, hoặc thiện hoặc ác cũng vậy (Truyền đạo 12:14). Chúng ta có thể thấy rằng điều này là chắc chắn nếu nhìn vào lịch sử nhân loại. Một người kiêu ngạo tìm kiếm lợi ích cho riêng mình. Kẻ đó coi thường người khác và chồng chất sự ác để có nhiều tài sản. Tuy nhiên, cuối cùng sự hủy diệt đang chờ đợi kẻ ấy. Trái lại, một người khiêm nhường kính sợ Đức Chúa Trời có vẻ ngu ngốc hoặc lúc đầu anh ta phải đối mặt với khó khăn, nhưng cuối cùng anh ta nhận được ơn phước và được mọi người tôn trọng.

Đức Chúa Trời chống cự kẻ kiêu ngạo

So sánh hai người nữ trong Kinh thánh, Vả-thi và Ê-xơ-tê. Vả-thi là hoàng hậu của vua A-suê-ru, vua của đế chế Ba Tư.

Một ngày nọ, vua A-suê-ru đã bày ra một ba tiệc yến và truyền đưa hoàng hu Vả-thi đến diện kiến vua. Tuy nhiên, Vả-thi, kiêu ngạo về địa vị và vẻ đẹp vượt trội của mình, bà đã từ chối lệnh truyền của vua. Nhà vua trở nên rất tức giận, đã truất phế hoàng hậu khỏi địa vị của bà. Điều khác biệt với địa vị của Ê-xơ-tê, người đã vươn lên vị trí hoàng hậu sau Vả-thi là gì?

Ê-xơ-tê, người đã vươn lên vị trí hoàng hậu, ban đầu là một phu tù người Do Thái được đưa đến Ba-by-lôn dưới triều đại của vua Nê-bu-cát-nết-sa. Ê-xơ-tê không chỉ xinh đẹp, mà còn khôn ngoan và khiêm tốn. Đã có thời người dân của bà phải trải qua một khó khăn lớn vì một người A-ma-lét tên Ha-man. Bấy giờ, Ê-xơ-tê đã kiêng ăn ba ngày và cầu nguyện, sau đó với quyết tâm rằng nếu phải chết bà sẽ chết, bà thanh tẩy chính mình, mặc trang phục hoàng gia và đứng khiêm nhường trước Nhà vua. Vì bà đã hành động với sự khiêm nhường như vậy trước nhà vua và tất cả những người khác, bà không chỉ nhận được tình yêu và sự tin tưởng của vua, mà còn có thể thực hiện nhiệm vụ to lớn là cứu người dân của mình.

Vì như có chép trong Gia-cơ 4:6, "Đức Chúa Trời chống cự kẻ kiêu ngạo, nhưng ban ơn cho kẻ khiêm nhường," chúng ta chớ nên kiêu ngạo để rồi phải bị Đức Chúa Trời phế truất. Như được chép trong Ma-la-chi 4:1, "mọi kẻ làm sự gian ác sẽ như rơm cỏ," tùy theo việc người ta sử dụng trí tuệ, kiến thức và sức lực của mình cho mục đích tốt hay xấu, kết quả sẽ khác nhau đáng kể. Một ví dụ điển hình cho việc này sẽ là Đa-vít và Sau-lơ.

Khi Đa-vít lên ngôi vua, những suy nghĩ đầu tiên của ông là về Chúa, và ông đã làm theo ý muốn của Ngài. Đa-vít được Đức Chúa Trời ban phước vì người khiêm tốn cầu nguyện trước mặt Ngài, tìm kiếm sự khôn ngoan để biết cách củng cố quốc gia và mang lại bình an cho dân tộc mình.

Tuy nhiên, Sau-lơ bị lòng tham chế ngự và ông luôn lo lắng về việc mất ngôi vua mình, ông ta đã tốn rất nhiều thời gian để tìm cách giết Đa-vít, người được Đức Chúa Trời và người dân của mình yêu mến. Vì lòng kiêu ngạo, Sau-lơ đã không chú ý đến lời khiển trách của các tiên tri. Cuối cùng, ông đã bị Chúa phế bỏ, ông đã bại trận và chết thảm giữa một cuộc chiến.

Hiểu rõ về việc Chúa là Đức Chúa Trời phán xét kẻ kiêu ngạo là thế nào, chúng ta nên loại bỏ hoàn toàn sự kiêu ngạo ra khỏi lòng mình. Nếu trừ bỏ được lòng kiêu ngạo và trở nên khiêm nhường, Đức Chúa Trời đẹp lòng và ở cùng chúng ta thông qua sự đáp lời cho những lời cầu nguyện của chúng ta. Châm ngôn 16:5 chép rằng, "Phàm ai có lòng kiêu ngạo lấy làm gớm ghiếc cho Đức Giê-hô-va; Quả thật nó sẽ chẳng được khỏi bị phạt". Đức Chúa Trời ghét kẻ có lòng kiêu ngạo đến mức hễ ai kết giao với kẻ kiêu ngạo sẽ bị trừng phạt cùng với kẻ ấy. Những kẻ ác có xu hướng tìm đến cùng những kẻ ác, và những người tốt có xu hướng tìm đến cùng những người tốt. Sự kết hiệp xuất phát từ lòng kiêu ngạo này cũng vậy.

Sự kiêu ngạo của Vua Ê-xê-chia

Hãy cùng xem xét kỹ để biết Chúa ghét kẻ có lòng kiêu hãnh đến mức nào. Trong số các vua của Y-sơ-ra-ên, có nhiều người khi mới khởi đầu triều đại thì rất yêu mến Đức Chúa Trời và làm theo ý muốn của Ngài, rồi theo thời gian trở nên kiêu ngạo, đã đi ngược lại ý chỉ của Chúa, và không vâng lời Ngài. Một trong những vị vua này là Ê-xê-chia, vị vua thứ 13 của vương quốc miền nam Giu-đa.

Vua Ê-xê-chia, người lên ngôi vua kế vị cha mình, A-cha. Ê-xê-chia được Đức Chúa Trời yêu mến vì ông là người trung thực, giống như Đa-vít. Ông đã loại bỏ các bàn thờ ngoại bang và những nơi cao, đánh đổ các trụ thờ trong xứ. Ông đã làm sạch hoàn toàn đất nước mình khỏi mọi thần tượng mà Chúa gớm ghét, như các tượng thần A-sê-ra mà người đã hạ xuống (2 Sử ký 29:3-30:27).

Nhưng khi quốc gia bắt đầu gặp khó khăn về chính trị do những sai lầm của vị vua trước đây là kẻ bừa bãi phóng đãng và bất chính, thay vì tin cậy vào Chúa, vua Ê-xê-chia đã liên minh với các quốc gia lân cận như Ai Cập, Phi-li-tin, Si-đôn, Mô-áp, và Am-môn. Ê-sai nhiều lần khiển trách vua Ê-xê-chia rằng ông đang phạm tội làm những điều khinh suất đi ngược lại ý muốn của Chúa.

Lòng đầy kiêu ngạo, Vua Ê-xê-chia đã không nghe lời cảnh báo của Ê-sai. Cuối cùng, Chúa đã lìa bỏ Giu-đa, San-chê-ríp, vua Si-ri, hãm đánh Giu-đa và đánh bại nó. Vua San-chê-ríp đã chinh phục Giu-đa và bắt 200.000 người làm phu tù. Khi vua San-chê-ríp yêu cầu vua Ê-xê-chia trả những khoản bồi thường thiệt hại chiến tranh khổng lồ, Ê-xê-chia đã đáp ứng những yêu cầu này bằng cách lấy sạch từ đền thờ và cung điện các đồ trang trí quý giá ở đó và lấy sạch ngân khố quốc gia. Những khí dụng của Đền thờ mà bất cứ ai cũng không được chạm vào, nhưng Ê-xê-chia đã vì mạng sống mình mà cho đi những vật phẩm thiêng liêng này theo ý riêng ông, Đức Chúa Trời không thể không quay mặt khỏi người.

Khi San-chê-ríp tiếp tục đe dọa Ê-xê-chia ngay cả sau khi nhận được những khoản bồi thường lớn, cuối cùng Ê-xê-chia nhận ra rằng ông không thể làm gì bằng sức riêng của mình, vì vậy ông ta đã đến trước Chúa để cầu nguyện, ăn năn và than khóc với Ngài. Nhờ đó, Chúa đã thương xót người và đánh bại Si-ri. Chúng ta có thể trải nghiệm cùng một bài học trong gia đình, nơi làm việc, kinh doanh và trong các mối quan hệ của mình với hàng xóm và anh chị em của chúng ta. Một người kiêu ngạo thì không thể được người khác thương yêu; huống chi là được giúp đỡ trong lúc khó khăn.

Sự kiêu ngạo của các tín đồ

Ma quỷ không thể xâm nhập vào một người tin Chúa vì Ngài bảo vệ họ. Tuy nhiên, có những trường hợp ma quỷ xâm nhập vào những người tuyên bố tin vào Chúa. Làm thế nào điều này có thể xảy ra? Đức Chúa Trời chống cự kẻ kiêu ngạo. Vì vậy, nếu một người trở nên kiêu ngạo đến mức Chúa quay mặt khỏi họ, ma quỷ có thể xâm nhập vào người ấy. Nếu một người trở nên kiêu ngạo thuộc linh, Sa-tan có thể khiến ma quỷ chiếm hữu lấy kẻ ấy, điều khiển trên họ và khiến người đó phạm đến những việc làm ác.

Ngay cả khi sự chiếm hữu ấy không xảy ra, nếu một tín đồ trở nên kiêu ngạo thuộc linh, người đó có thể xúc phạm đến lẽ thật và do đó mà trở nên đau khổ. Vì người ấy không làm theo Lời Chúa, nên Chúa không ở cùng người, và mọi thứ không suôn sẻ trong đời sống mình. Như có chép trong Châm ngôn 16:18, "Sự kiêu ngạo đi trước, sự bại hoại theo sau, Và tánh tự cao đi trước sự sa ngã." Sự kiêu ngạo chẳng hề có chút lợi ích nào. Trên thực tế, nó chỉ mang lại đau đớn và khốn khổ. Chúng ta phải biết rằng sự kiêu ngạo thuộc linh là một ký sinh trùng có hại, và phải bị phá hủy hoàn toàn.

Vậy làm thế nào các tín đồ có thể nhận biết mình đang kiêu ngạo? Một người kiêu ngạo cho rằng mình là người đúng, vì vậy anh ta không xem sự chỉ trích người khác là chính đáng. Không làm theo Lời Đức Chúa Trời cũng là một hình thức kiêu ngạo, bởi vì điều này cho thấy rằng người ta không tôn kính Đức Chúa Trời. Khi Đa-vít phạm đến điều răn của Chúa và phạm tội, Chúa đã khiển trách người cách gay gắt, mà rằng, "Ngươi đã khinh ta", (2 Sa-mu-ên 12:10). Vì vậy, không cầu nguyện, không yêu thương, không vâng lời và không thể nhìn thấy khúc gỗ trong mắt mình mà chỉ thấy những vết bẩn trong mắt người khác là tất cả những ví dụ về sự kiêu ngạo.

Xem thường người khác trong khi phán xét và lên án họ theo tiêu chuẩn của mình, khoe khoang về bản thân, muốn thể hiện, tất cả đều là hiện thân của sự kiêu ngạo. Nhảy vào mọi cơ hội để tham gia các cuộc tranh luận và khẩu chiến cũng là các loại hình kiêu ngạo. Nếu chúng ta kiêu ngạo trong lòng, chúng ta luôn mong muốn được phục vụ và muốn vươn lên dẫn đầu người khác. Và, trong khi cố gắng tìm kiếm lợi ích cho bản thân để tạo dựng tên tuổi cho chính mình, người ấy bắt đầu chồng chất sự ác.

Chúng ta phải ăn năn về loại kiêu ngạo này, và trở nên một người khiêm tốn để vui hưởng một cuộc sống thịnh vượng và đầy niềm vui. Đây là lý do tại sao Chúa Giê-su phán, "Nếu các ngươi không đổi lại và nên như đứa trẻ, thì chẳng được vào nước thiên đàng đâu" (Ma-thi-ơ 18:3). Nếu một người trở nên kiêu ngạo trong lòng, nghĩ rằng mình luôn luôn đúng, người đó luôn cố gắng bảo vệ lòng tự trọng của mình, và để hết tâm trí đến những suy nghĩ riêng của mình, người đó không thể tiếp nhận Lời Chúa để làm theo, do đó người ấy thậm chí có thể không được cứu rỗi.

Sự kiêu ngạo của những tiên tri giả

Nếu nhìn vào Cựu Ước, chúng ta sẽ thấy nhiều khi các vua đi cầu vấn các tiên tri giả về những sự sắp xảy đến trong tương lai và làm theo lời khuyên của họ. Vua A-háp là vị vua thứ bảy của vương quốc phía bắc Y-sơ-ra-ên, vào thời điểm ông qua đời, ở trong nước, việc thờ cúng Ba-anh rất thịnh hành, và ở mặt trận nước ngoài, cuộc chiến tranh xâm lược của Si-ri đã được đẩy mạnh. Điều này là do A-háp đã không chịu để ý đến lời cảnh báo của Tiên tri Mi-chê, và thay vào đó là tin cậy vào lời nói của các tiên tri giả.

Trong 1 Các vua 22, Vua A-háp yêu cầu Vua Giô-sa-phát của Giu-đa kết hiệp cùng mình để lấy lại Ra-mốt trong Ga-la-át từ tay của vua Si-ri. Vào thời điểm đó, vua Giô-sa-phát là người yêu mến Chúa, đề nghị rằng trước tiên họ nên xin ý kiến của một vị tiên tri để tìm kiếm ý chỉ của Đức Chúa Trời trước khi đưa ra bất kỳ quyết định nào. Bấy giờ, vua A-háp đã cho triệu tập khoảng ba trăm tiên tri giả là những kẻ tâng bốc ông và nhờ họ đưa ra lời khuyên. Họ đồng lòng tiên tri chiến thắng cho Y-sơ-ra-ên.

Tuy nhiên, Mi-chê, một tiên tri thật, đã tiên tri rằng sẽ có sự bại trận. Cuối cùng, lời tiên tri của Mi-chê, đã bị phớt lờ và hai vua đã kết hiệp nhau để gây chiến với Si-ri. Kết cuộc sẽ ra sao? Chiến tranh kết thúc mà chiến thắng chẳng thuộc về bên nào. Vua A-háp, người bị dồn vào đường cùng, đã cải trang thành một người lính để lén ra khỏi chiến trường, nhưng đã bị một mũi tên ngẫu nhiên bắn trúng và chết vì mất máu. Đây là hậu quả của việc A-háp đã lắng nghe những lời tiên tri của các tiên tri giả và không nghe lời tiên tri của Mi-chê, một tiên tri thật. Tiên tri giả và giáo sư giả sẽ phải chịu sự phán xét của Đức Chúa Trời. Chúng sẽ bị ném xuống Địa ngục - vào hồ diêm sinh, nóng hơn bảy lần so với hồ lửa (Khải Huyền 21:8). Một tiên tri thật mà Đức Chúa Trời ở cùng có một tấm lòng ngay thẳng trước Đức Chúa Trời, và nhờ đó, ông ta có khả năng đưa ra lời tiên tri chính xác. Các tiên tri giả, những người chỉ mang một danh hiệu hoặc địa vị phô trương, nói lên suy nghĩ của mình như thể đó là những lời tiên tri rồi khiến đất nước họ sa vào sự hủy diệt, hoặc khiến dân tộc họ lầm lạc. Cho dù đó là trong tổ chức của một gia đình, một quốc gia, hoặc một nhà thờ, nếu chúng ta nghe theo người tốt và chân thật, chúng ta sẽ trải nghiệm sự bình an khi chúng ta làm theo sự nhân từ. Nhưng, nếu theo đường lối của kẻ ác, chúng ta sẽ phải chịu đau khổ và hủy diệt.

Phán xét dành cho những người hành động bởi lòng kiêu ngạo và xấu xa

1 Ti-mô-thê 6:3-5 chép rằng, "Ví thử có người dạy dỗ đạo khác, không theo lời có ích của Đức Chúa Giê-su Christ chúng ta và đạo lý theo sự tin kính, thì người đó là lên mình kiêu ngạo, không biết chi hết; nhưng có bịnh hay gạn hỏi, cãi lẫy, bởi đó sanh sự ghen ghét, tranh cạnh, gièm chê, nghi ngờ xấu xa, cùng những lời cãi lẽ hư không của kẻ có lòng hư xấu, thiếu mất lẽ thật, coi sự tin kính như là nguồn lợi vậy."

Lời Đức Chúa Trời chứa đựng toàn những sự nhân từ; do đó không cần học thuyết nào khác. Vì Đức Chúa Trời là trọn vẹn và nhân từ, chỉ có sự dạy dỗ của Ngài là đúng. Tuy nhiên, những người tự phụ, không biết lẽ thật, nói về các học thuyết khác nhau, rồi đưa ra lý luận và tự hào về bản thân. Nếu chúng ta đưa ra "những câu hỏi gây tranh cãi", chúng ta sẽ lập luận rằng chỉ có chúng ta đúng. Nếu tranh cãi bằng lời thì chúng ta đang lớn tiếng và cãi lẫy. Nếu có sự "đố kỵ ghen tị", chúng ta muốn làm hại cho ai đó nếu họ được nhiều người yêu mến hơn chúng ta. Chúng ta gây ra xung đột với nhau nếu tham gia vào các cuộc tranh luận mang lại sự chia rẽ giữa mọi người. Nếu chúng ta trở nên tự phụ như vậy, lòng chúng ta sẽ trở nên bại hoại và chúng ta làm những công việc của xác thịt mà Chúa gớm ghét.

Vì vậy, nếu một người kiêu ngạo không ăn năn và từ bỏ đường lối mình, Đức Chúa Trời sẽ quay mặt khỏi người đó, và rồi họ sẽ phải chịu phán xét. Bất luận người đó có kêu la "Chúa ôi, Chúa ôi," đến bao nhiêu, và xưng nhận tin vào Chúa, nếu không ăn năn và tiếp tục làm điều ác, vào Ngày phán xét, kẻ ấy sẽ bị ném vào lửa Địa ngục cùng với tất cả những thứ rơm rác khác.

Những phước hạnh của người công bình là những người kính sợ Đức Chúa trời

Một người thực sự tin vào Chúa sẽ đánh đổ sự kiêu ngạo và hành động xấu xa của mình để trở thành một người công bình kính sợ Đức Chúa Trời. Kính sợ Đức Chúa Trời là gì? Châm ngôn 8:13 cho biết rằng, "Sự kính sợ Đức Giê-hô-va, ấy là ghét điều ác; Ta ghét sự kiêu ngạo, xấc xược, con đường ác, và miệng gian tà." Nếu ghét điều ác và trừ bỏ mọi hình thức gian tà, chúng ta sẽ trở thành những người hành động vì sự công bình trong mắt của Đức Chúa Trời.

Đối với những người như vậy, Đức Chúa Trời tuôn đổ tình yêu dư dật của Ngài và ban cho họ sự cứu rỗi, đáp lời sự cầu xin và ban phước lành. Đức Chúa Trời phán, "Nhưng về phần các ngươi là kẻ kính sợ danh ta, thì mặt trời công bình sẽ mọc lên cho, trong cánh nó có sự chữa bịnh; các ngươi sẽ đi ra và nhảy nhót như bò tơ của chuồng. Các ngươi sẽ giày đạp những kẻ ác, vì trong ngày ta làm, chúng nó sẽ như là tro dưới bàn chân các ngươi, Đức Giê-hô-va vạn quân phán vậy" (Ma-la-chi 4:2-3).

Đối với những người kính sợ Đức Chúa Trời và vâng giữ các điều răn của Ngài, vì nó áp dụng cho mọi người (Truyền đạo 12:13), Đức Chúa Trời ban phước cho họ với sự giàu có, tôn trọng và sự sống (Châm ngôn 22:4). Nhờ đó, họ nhận được sự đáp lời cho những lời cầu nguyện, chữa lành và ban phước để họ có thể nhảy nhót như bò tơ của chuồng và vui hưởng niềm vui đích thực.

Trong Xuất Ê-díp-tô ký 15:26, Đức Chúa Trời phán rằng, "Ngài phán rằng: Nếu ngươi chăm chỉ nghe lời Giê-hô-va Đức Chúa Trời ngươi, làm sự ngay thẳng trước mặt Ngài, lắng tai nghe các điều răn và giữ mọi luật lệ Ngài, thì ta chẳng giáng cho ngươi một trong các bịnh nào mà ta đã giáng cho xứ Ê-díp-tô; vì ta là Đức Giê-hô-va, Đấng chữa bịnh cho ngươi." Vì vậy, bất kể loại bệnh tật nào xảy ra cho họ, người kính sợ Đức Chúa Trời sẽ được chữa lành và sống khỏe mạnh, cuối cùng, người đó sẽ được vào thiên đàng và vui hưởng sự tôn trọng và vinh quang đời đời.

Vì vậy, chúng ta phải cẩn thận tra xét chính mình. Và nếu tìm thấy bất kỳ hình thức kiêu ngạo và xấu xa nào trong mình, chúng ta nên ăn năn và từ bỏ những đường lối gian tà đó. Cuối cùng, chúng ta hãy trở thành những người công chính kính sợ Chúa với sự khiêm nhường và phục vụ.

Chương 15

Về Tội Lỗi, Sự Công Bình, và Phán Xét

"Dầu vậy, ta nói thật cùng các ngươi: Ta đi là ích lợi cho các ngươi; vì nếu ta không đi, Đấng Yên ủi sẽ không đến cùng các ngươi đâu; song nếu ta đi, thì ta sẽ sai Ngài đến. Khi Ngài đến thì sẽ khiến thế gian tự cáo về tội lỗi, về sự công bình và về sự phán xét. Về tội lỗi, vì họ không tin ta; về sự công bình, vì ta đi đến cùng Cha, và các ngươi chẳng thấy ta nữa; về sự phán xét, vì vua chúa thế gian nầy đã bị đoán xét."

(Giăng 16:7-11)

Nếu chúng ta tin vào Chúa Giê-su Christ và mở lòng tin nhận Ngài làm Cứu Chúa của mình, Đức Chúa Trời ban cho chúng ta Đức Thánh Linh như một sự ban cho. Đức Thánh Linh dẫn dắt chúng ta để được tái sinh và giúp chúng ta hiểu được Lời Chúa. Ngài làm việc theo nhiều cách, như hướng dẫn chúng ta sống theo lẽ thật và dẫn chúng ta đến sự cứu rỗi hoàn toàn. Do đó, nhờ Đức Thánh Linh, chúng ta nhận biết tội lỗi là gì và biết cách phân biệt sự khác nhau giữa điều đúng với sai.

Chúng ta cũng phải học cách làm điều ngay thẳng để có thể được vào Thiên đàng và tránh sự phán xét của Địa ngục.

Về tội lỗi

Chúa Giê-su đã bảo cho các môn đệ của Ngài về việc Ngài sẽ phải chết như thế nào khi bị đóng đinh vào thập tự giá và về những khổ nạn mà các môn đệ sẽ phải đối mặt. Ngài cũng khuyến khích họ bằng cách nói cho họ biết sự phục sinh và về trời của Ngài, kế đến sẽ là sự hiện đến của Đức Thánh Linh, và về tất cả những điều tuyệt vời mà họ sẽ có được. Chúa Giê-su thăng thiên là một bước cần thiết để ban Đức Thánh Linh là Đấng vùa giúp đến.

Chúa Giê-su phán rằng khi Đức Thánh Linh đến, Ngài sẽ kết án thế gian về tội lỗi, sự công bình và sự phán xét. Vậy Đức Thánh Linh nghĩa là ai "Khi Ngài đến thì sẽ khiến thế gian tự cáo về tội lỗi". Như có chép trong Giăng 16:9, "Về tội lỗi, vì họ không tin ta," không tin Chúa Giê-su Christ là tội lỗi, và điều này có nghĩa là những người không tin vào Ngài cuối cùng sẽ phải đối mặt với sự phán xét. Vậy thì tại sao không tin vào Chúa Giê-su Christ là tội lỗi?

Đức Chúa Trời yêu thương đã sai Con một của Ngài, Chúa Giê-su Christ, đến thế gian này để mở đường cứu rỗi cho loài người là những kẻ đã trở thành tôi mọi cho tội lỗi do sự bất tuân của A-đam. Bởi sự chết trên thập tự giá, Chúa Giê-su đã cứu chuộc nhân loại khỏi mọi tội lỗi, mở ra cánh cửa cứu rỗi và trở thành Đấng Cứu Thế duy nhất. Vì vậy, mặc dù biết nhưng không tin vào điều này, tự nó là một tội lỗi. Và một người không tin nhận Chúa Giê-xu Christ làm Cứu Chúa của mình thì không thể nhận được sự tha thứ tội lỗi, vì vậy người đó sẽ vẫn là một tội nhân.

Tại sao Ngài phán xét về tội lỗi

Chúng ta có thể thấy rằng có một Đức Chúa Trời sáng tạo chỉ bằng cách nhìn vào các tạo vật. Rô-ma 1:20 cho biết, "Bởi những sự trọn lành của Ngài mắt không thấy được, tức là quyền phép đời đời và bổn tánh Ngài, thì từ buổi sáng thế vẫn sờ sờ như mắt xem thấy, khi người ta xem xét công việc của Ngài. Cho nên họ không thể chữa mình được." Điều này có nghĩa là không ai có thể đưa ra lý do mà họ không tin vì họ không biết Đức Chúa Trời.

Ngay cả một chiếc đồng hồ đeo tay nhỏ cũng không thể tình cờ kết hợp nhau nếu không có nhà thiết kế và nhà sản xuất. Vậy thì làm thế nào mà vũ trụ phức tạp nhất và rắc rối nhất lại có thể tự hình thành? Chỉ cần quan sát vũ trụ, con người có thể khám phá ra Đức Chúa Trời thiêng liêng và quyền năng đời đời.

Trong thời đại ngày nay, Đức Chúa Trời tỏ mình bằng cách bày tỏ những dấu kỳ và phép lạ qua những người mà Ngài yêu mến. Nhiều người ngày nay có lẽ đã trải qua ít nhất một lần được nghe phúc âm từ một người nào đó để tin vào Đức Chúa Trời, vì Ngài là thật. Một số người thậm chí có thể đã tận mắt nhìn thấy một phép lạ, hoặc trực tiếp nghe làm chứng. Nếu, ngay cả sau khi nghe thấy về những dấu kỳ phép lạ này, người ta vẫn không tin vì lòng họ đã chai lì, thì cuối cùng người đó sẽ sa vào con đường chết. Đây là ý nghĩa của cụm từ mà Kinh thánh chép rằng Đức Thánh Linh "sẽ khiến thế gian tự cáo về tội lỗi."

Lý do tại sao người ta không chấp nhận phúc âm thường là vì họ đang sống một đời sống tội lỗi trong khi tìm kiếm lợi ích cho bản thân. Nghĩ rằng đời này là tất cả, họ không thể tin vào Thiên đàng và sự sống đời đời. Trong Ma-thi-ơ chương 3, Giăng Báp-tít kêu gọi mọi người ăn năn, vì vương quốc thiên đàng đã gần kề. Ông cũng công bố rằng "Bây giờ cái búa đã để kề rễ cây; vậy hễ cây nào không sanh trái tốt, thì sẽ phải đốn và chụm," (c. 10) và "Tay Ngài cầm nia mà dê thật sạch sân lúa mình, và Ngài sẽ chứa lúa vào kho, còn rơm rạ thì đốt trong lửa chẳng hề tắt" (c. 12).

Một người nông dân gieo hạt, chăm sóc và thu hoạch bông trái. Sau đó, họ đem hạt lúa vào kho và vứt bỏ rơm rác. Đức Chúa Trời cũng vậy. Ngài trưởng dưỡng loài người, và Ngài dẫn họ đến sự sống đời đời, ấy là những con cái thật của Ngài là những kẻ sống trong lẽ thật. Nếu họ chạy theo thế gian và cứ miệt mài trong tội lỗi, Ngài phải lìa bỏ họ để họ đi đến con đường hủy diệt. Vì vậy, để trở thành lúa mì và nhận được sự cứu rỗi, chúng ta phải trở nên công chính và đi theo Chúa Giê-su Christ bởi đức tin.

Về sự công bình

Dưới sự quan phòng của Đức Chúa Trời, Chúa Giê-su đã đến thế giới này và chết trên thập tự giá để giải quyết vấn đề tội lỗi của con người. Tuy nhiên, Ngài đã có thể vượt qua sự chết, phục sinh và lên thiên đàng vì Ngài không có nguyên tội lẫn kỷ tội, Ngài sống trong sự công bình. Trong Giăng 16:10 Chúa Giê-su phán rằng "...về sự công bình, vì ta đi đến cùng Cha, và các ngươi chẳng thấy ta nữa..." Có một ý nghĩa ngầm ẩn trong lời này.

Vì Chúa Giê-su vô tội, nên Ngài có thể hoàn thành sứ mệnh của mình khi đến thế giới này. Ngài không thể bị trói buộc bởi sự chết, và Ngài đã phục sinh. Ngài cũng đến trước Đức Chúa Trời là Cha để có được Thiên đàng là trái đầu mùa của sự sống lại. Đây là những gì Ngài gọi là "công chính". Vì vậy, khi chúng ta tin nhận Chúa Giê-su Christ, chúng ta nhận được sự ban cho Đức Thánh Linh, và chúng ta có được quyền trở thành con cái của Đức Chúa Trời. Nhờ tin nhận Chúa Giê-su Christ, chúng ta từ con cái của ma quỷ đến được tái sanh để trở thành con cái thánh khiết của Đức Chúa Trời.

Đây là ý nghĩa của việc được cứu rỗi bởi việc được xưng công bình bởi đức tin. Không phải vì chúng ta đã làm một điều gì đó xứng đáng được cứu rỗi. Chúng ta chỉ nhận được sự cứu rỗi bởi đức tin và chúng ta không phải trả giá. Đây là lý do tại sao chúng ta nên luôn biết ơn Đức Chúa Trời và sống trong sự công chính. Chúng ta có thể phục hồi hình ảnh của Đức Chúa Trời khi chúng ta tranh chiến chống lại tội lỗi đến mức đổ huyết và trừ bỏ nó để trở nên người có tấm lòng giống tấm lòng của Chúa chúng ta.

Tại sao Ngài phán xét về sự công bình

Nếu không sống trong sự công bình, ngay cả những người không tin cũng chế giễu chúng ta. Đức tin sẽ trọn vẹn khi có việc làm cặp theo, và đức tin không có việc làm là đức tin chết (Gia-cơ 2:17). Chính những người không tin sẽ đánh giá và lên án từ quan điểm riêng của họ, mà rằng, "Các người nói mình đi nhà thờ, nhưng sao các người uống rượu và hút thuốc? Làm thế nào các ông các bà có thể đi khắp nơi phạm tội và tự gọi mình là tín đồ của Chúa Giê-su Christ?!" Vì vậy, nếu là một tín đồ, bạn đã nhận được Đức Thánh Linh nhưng không sống một đời sống công bình, bởi đó mà phải chịu phán xét, đây là điều mà Kinh thánh gọi là "phán xét về sự công bình".

Trong trường hợp này, Đức Chúa Trời sẽ quở trách và kỷ luật con cái của Ngài qua Đức Thánh Linh, để nhờ đó mà họ sẽ không tiếp tục sống một đời sống tội lỗi. Vì vậy, lý do tại sao Đức Chúa Trời cho phép một số thử thách và khó khăn nhất định xảy đến với một số người, gia đình, nơi làm việc, doanh nghiệp hoặc chính họ nhằm thúc đẩy họ sống trong sự công chính. Hơn nữa, vì ma quỷ và Sa-tan là kẻ thù mang đến những lời buộc tội chống lại họ, Đức Chúa Trời phải cho phép các thử thách xảy đến theo luật thuộc linh.

Các thầy thông giáo và người Pha-ri-si tự tin rằng họ đang sống trong sự công bình vì cho rằng mình biết rất rõ Luật pháp và tuân thủ nghiêm ngặt. Nhưng Chúa Giê-su cho chúng ta biết rằng trừ khi sự công bình của chúng ta vượt qua những thầy thông giáo và người Pha-ri-si, chúng ta sẽ không được vào vương quốc thiên đàng (Ma-thi-ơ 5:20). Không phải chỉ cần gọi, "Chúa, Chúa," là chúng ta được cứu rỗi. Để vào được Thiên đàng, chúng ta phải tin Chúa từ tấm lòng mình, trừ bỏ tội lỗi và sống trong sự công bình.

"Sống trong sự công bình" không chỉ có nghĩa là lắng nghe Lời Chúa, và ghi nhớ trong đầu để làm kiến thức đơn thuần của mình. Ấy là trở thành một người công chính bằng cách tin trong lòng và làm theo Lời của Ngài. Chỉ cần hình dung cảnh tượng thiên đàng sẽ ra sao nếu ở đó đầy những kẻ lừa đảo, trộm cướp, nói dối, ngoại tình, những kẻ ghen tỵ, v.v ... Đức Chúa Trời không giáo hóa nhân loại để rồi đem rơm rác vào Thiên đàng! Mục đích của Đức Chúa Trời là đem lúa – là những người công chính, vào Thiên đàng.

Về sự phán xét

Giăng 16:11 cho biết, "...về sự phán xét, vì vua chúa thế gian nầy đã bị đoán xét." Ở đây, "kẻ cai trị đời này" để cập đến ma quỷ và Sa-tan. Chúa Giê-su đến thế giới này vì tội lỗi của loài người. Ngài đã hoàn thành công việc chính nghĩa và để lại sự phán xét sau cùng. Nhưng chúng ta cũng có thể nói rằng phán xét cuối cùng đã được tuyên ra vì chỉ nhờ tin vào Chúa Giê-su Christ, con người mới có thể nhận được sự tha tội và sự cứu rỗi.

Những người không tin cuối cùng sẽ xuống địa ngục, vì vậy giống như họ đã nhận lấy sự đoán xét của mình. Đây là lý do tại sao Giăng 3:18-19 cho biết "Ai tin Ngài thì chẳng bị đoán xét đâu; ai không tin thì đã bị đoán xét rồi, vì không tin đến danh Con một Đức Chúa Trời. Vả, sự đoán xét đó là như vậy: Sự sáng đã đến thế gian, mà người ta ưa sự tối tăm hơn sự sáng, vì việc làm của họ là xấu xa."

Vậy thì chúng ta có thể làm gì để khỏi chịu phán xét? Chúa bảo chúng ta phải tỉnh thức, làm điều ngay thẳng và không phạm tội (1 Cô-rinh-tô 15:34). Ngài cũng khuyên bảo chúng ta phải tránh mọi sự ác (1 Tê-sa-lô-ni-ca 5:22). Để làm điều công chính trong mắt Đức Chúa Trời, chúng ta phải giữ bỏ những tội lỗi bên ngoài, nhưng chúng ta cũng phải loại bỏ ngay cả những điều xấu xa nhỏ nhất.

Nếu ghét sự ác và hứa nguyện gìn giữ sự tốt lành, chúng ta có thể loại bỏ tội lỗi. Chúng ta có thể tự hỏi, "Thật rất khó để loại bỏ ngay cả một tội lỗi; làm thế nào tôi có thể gạt bỏ hết mọi tội lỗi của mình?" Hãy nghĩ về điều đó theo cách này. Nếu cố gắng nhổ hết mọi rễ của một gốc cây ngay một lúc thì vô cùng khó khăn. Nhưng nếu nhổ được rễ chính, tất cả các rễ phụ nhỏ khác cũng tự động bị nhổ theo. Tương tự như vậy, nếu tập trung vào việc thoát khỏi tội lỗi khó khăn nhất trước tiên, thông qua việc sốt sắng cầu nguyện và kiêng ăn bất cứ khi nào có thể, chúng ta cũng có thể loại bỏ những bản chất tội lỗi khác, cùng với tội lỗi đó.

Bên trong một con người là sự ham muốn của xác thịt, sự mê tham của mắt và sự kiêu ngạo của đời. Đây là một trong số nhiều thứ xấu xa đến từ kẻ thù ma quỷ. Do đó, con người không thể tự loại bỏ những tội lỗi này chỉ bằng sức riêng của mình. Đó là lý do tại sao Đức Thánh Linh giúp những người nỗ lực cầu nguyện và để được nên thánh. Vì Đức Chúa Trời hài lòng với nỗ lực của họ, Ngài sẽ ban cho họ ân sủng và sức mạnh. Khi bốn điều này, ân sủng và quyền năng Đức Chúa Trời từ nơi cao, những nỗ lực của chúng ta và sự giúp đỡ của Đức Thánh Linh hoạt động cùng nhau, thì chúng ta chắc chắn có thể trừ bỏ được tội lỗi của mình.

Để quá trình này xảy ra, trước tiên chúng ta phải từ bỏ sự tham mê của mắt. Nếu một sự gì giả dối, sẽ có lợi nhất cho chúng ta khi không nhìn nó, không nghe, hoặc thậm chí là đến gần nó. Giả sử rằng một thiếu niên nhìn thấy một điều gì đó tục tĩu trên vi-đi-ô hoặc trên truyền hình. Kế đến thông qua sự ham muốn của đôi mắt, tấm lòng bị khuấy động và những ham muốn xác thịt trong lòng bị đánh thức. Sau đó, điều này khiến thiếu niên ấy nghĩ ra những kế hoạch xấu và khi những kế hoạch này biến thành hành động, tất cả các loại rắc rối có thể xảy ra. Đây là lý do tại sao việc trừ bỏ sự ham mê của mắt là điều rất quan trọng đối với tất cả chúng.

Ma-thi-ơ 5:48 dạy rằng, "Thế thì các ngươi hãy nên trọn vẹn, như Cha các ngươi ở trên trời là trọn vẹn." Còn, trong 1 Phi-e-rơ 1:16 Đức Chúa Trời phán, "Hãy nên thánh, vì ta là thánh." Một số người có thể hỏi, "Làm sao một người có thể trở nên trọn vẹn và thánh khiết như Đức Chúa Trời?" Đức Chúa Trời muốn chúng ta nên thánh và trọn vẹn. Thế nhưng, chúng ta không thể thực hiện điều này với sức riêng của mình. Đây là lý do tại sao Chúa Giê-su đã mang lấy thập giá, và Đức Thánh Linh, Đấng vùa giúp, giúp đỡ chúng ta. Chỉ vì ai đó tuyên bố đã tin nhận Chúa Giê-su Christ và gọi Ngài rằng, "Chúa, Chúa," không có nghĩa là người đó sẽ được lên thiên đàng. Người đó phải trừ bỏ tội lỗi mình và sống một cuộc sống công chính để tránh sự phán xét và được vào Thiên đàng.

Đức Thánh Linh cáo trách thế gian

Vậy thì tại sao Đức Thánh Linh đến để cáo trách thế gian về tội lỗi, sự công bình và sự phán xét? Điều này là do thế gian đầy xấu xa. Giống như khi chúng ta lập kế hoạch cho một điều gì đó, chúng ta biết có một khởi đầu và kết thúc. Nếu nhìn vào các dấu hiệu khác nhau trên thế giới ngày nay, chúng ta có thể thấy rằng sự cuối cùng đã gần kề.

Đức Chúa Trời là Đấng Tạo hóa tể trị lịch sử của nhân loại với một kế hoạch rõ ràng liên quan đến sự khởi đầu và kết thúc. Nếu chúng ta nhìn vào dòng chảy trong Kinh thánh, có một sự phân biệt rõ ràng giữa thiện và ác, và có một lời giải thích rõ ràng rằng tội lỗi dẫn đến cái chết và sự công bình dẫn đến sự sống đời đời. Đối với những người tin vào Chúa, được Chúa ban phước cho và ở cùng. Nhưng những người không tin Chúa cuối cùng phải chịu phán xét và sa vào con đường chết. Sự phán xét của Đức Chúa Trời từ lâu không hề nghỉ ngơi (2 Phi-e-rơ 2:3).

Giống như trận đại hồng thủy trong thời Nô-ê, và sự hủy diệt Sô-đôm và Gô-mô-rơ trong thời Áp-ra-ham, khi sự gian ác của con người đã đến giới hạn của nó, sự phán xét của Đức Chúa Trời giáng xuống. Để người Y-sơ-ra-ên được giải thoát khỏi Ai Cập, Đức Chúa Trời đã giáng xuống mười tai họa trên Ai Cập. Đây là một bản án dành cho Pha-ra-ôn vì sự kiêu ngạo của ông.

Và khoảng hai ngàn năm trước, khi Pompeii (thành phố La Mã cổ đại) trở nên đồi bại với sự thối nát và suy đồi tột cùng, Chúa đã phá hủy nó bằng thảm họa tự nhiên với các vụ phun trào núi lửa. Nếu đến thăm Pompeii ngày hôm nay, thành phố được bao phủ trong tro núi lửa được bảo tồn chính xác như vẻ ngoài của nó khi bị phá hủy, và thoáng nhìn, có thể thấy sự suy đồi của thời đại ấy.

Trong Tân Ước cũng vậy, Chúa Giê-su từng quở trách các

thầy thông giáo và những người Pha-ri-si giả hình bằng những lời lặp đi lặp lại "Khốn cho các ngươi" đến 7 lần. Để thế gian khỏi rơi vào sự phán xét và địa ngục, nó phải bị kết án và quở trách.

Trong Ma-thi-ơ chương 24, các môn đồ hỏi Chúa về các dấu hiệu về sự hiện đến của Ngài và về sự cuối cùng. Chúa Giê-su đã giải thích cho họ một cách chi tiết rằng cơn hoạn nạn lớn chưa từng thấy sẽ đến. Đức Chúa Trời sẽ không mở cửa thiên đàng và đổ nước hay lửa như Ngài đã từng làm trong quá khứ, nhưng Ngài sẽ phán xét phù hợp với thời đại.

Sách Khải Huyền tiên tri rằng các vũ khí tối tân sẽ xuất hiện, và sẽ có sự hủy diệt lớn từ một cuộc chiến quy mô lớn không thể hình dung. Bấy giờ khi kế hoạch của Chúa về việc giáo hóa con người chấm dứt, Tòa Lớn sẽ hiện đến. Và khi ngày đó đến, sẽ có một phán quyết về việc mỗi người sẽ sống đời đời trong Địa ngục, hay trên Thiên đàng. Vậy chúng ta nên sống như thế nào trong ngày hôm nay?

Trừ bỏ tội lỗi và sống đời sống công bình

Để tránh khỏi phán xét, chúng ta phải trừ bỏ tội lỗi mình và sống trong sự công chính. Điều quan trọng hơn là mỗi người phải chăm sóc tấm lòng mình bằng Lời Chúa giống như một người nông dân cày ruộng. Chúng ta phải cày xới đất ven đường, đất đá và đất bụi gai để làm cho chúng thành đất tốt, màu mỡ.

Nhưng đôi khi chúng ta tự hỏi, "Tại sao Đức Chúa Trời lại không để ý đến những người không tin, nhưng Ngài lại cho phép những khó khăn xảy đến với tôi, là một tín đồ?" Đó là vì, giống như một bó hoa không có rễ trông rất đẹp ở bên ngoài nhưng thực sự không có sự sống, những người ngoại đạo đã bị phán xét và sẽ xuống địa ngục, vì vậy họ không cần phải bị sửa phạt.

Lý do Đức Chúa Trời sửa phạt chúng ta, là vì chúng ta là con cái thật của Ngài, không phải là con hoang. Do đó, chúng ta biết ơn vì sự sửa phạt của Ngài (Hê-bơ-rơ 12:7-13). Khi cha mẹ kỷ luật con cái vì họ yêu thương chúng và họ muốn dẫn chúng đi đúng đường, ngay cả khi điều đó phải dụng đến roi vọt, vì chúng ta là con của Chúa, khi cần thiết, Ngài sẽ cho phép chúng ta gặp khó khăn nhất định để dẫn đưa chúng ta đến sự cứu rỗi.

Truyền đạo 12:13-14 chép rằng, "Chúng ta hãy nghe lời kết của lý thuyết nầy: Khá kính sợ Đức Chúa Trời và giữ các điều răn Ngài; ấy là trọn phận sự của ngươi. Vì Đức Chúa Trời sẽ đem đoán xét các công việc, đến nỗi việc kín nhiệm hơn hết, hoặc thiện hoặc ác cũng vậy". Sống ngay thẳng có nghĩa là làm trọn phận sự của con người trong cuộc sống chúng ta. Vì Lời Chúa truyền bảo chúng ta cầu nguyện, chúng ta nên cầu nguyện. Vì Ngài bảo chúng ta hãy giữ ngày của Chúa làm nên ngày thánh, chúng ta nên giữ trọn ngày này. Khi Ngài bảo chúng ta đừng phán xét, chúng ta không nên phán xét. Làm như vậy, khi chúng ta giữ Lời Ngài và làm theo, chúng ta nhận được sự sống và chúng ta đi theo con đường sự sống đời đời.

Vậy nên, tôi hy vọng rằng anh chị em sẽ khắc ghi tất cả những thông điệp này vào lòng mình để trở thành lúa mì mang tình yêu thiêng liêng được mô tả trong 1 Cô-rinh-tô chương 13, sanh chín trái Thánh Linh (Ga-la-ti 5:22-23), và nhận lãnh các phước lành (Ma-thi-ơ 5: 3-12). Tôi nhân danh Chúa cầu nguyện rằng khi làm như vậy, anh chị em sẽ không chỉ nhận được sự cứu rỗi mà còn trở thành những con cái của Đức Chúa Trời, những người tỏa sáng như mặt trời trong vương quốc thiên đàng.

Tác giả
Dr. Jaerock Lee

Tiến Sĩ Jaerock Lee sinh trưởng tại Muan, tỉnh phận Jeonnam, Cộng Hòa Nhân Dân Triều Tiên, năm 1943. Những năm tháng của tuổi hai mươi, Mục sư Lee đã phải trải qua rất nhiều căn bệnh nan y, trong bảy năm trường đầy tuyệt vọng, vô phương cứu chữa, ông chỉ còn biết chờ chết. Một ngày kia, vào mùa xuân 1974, được chị gái đưa đến nhà thờ, khi quỳ xuống cầu nguyện, Đức Chúa Trời hằng sống đã chữa lành mọi bệnh tật ông ngay tức khắc.

Qua trải nghiệm kỳ diệu đó, Mục sư Lee đã gặp được Đức Chúa Trời hằng sống, ông đã dâng trọn tấm lòng thành kính lên Ngài, năm 1978, ông được kêu gọi bước vào con đường hầu việc Đức Chúa Trời. Ông hết lòng cầu nguyện để hiểu rõ ý muốn Ngài và hoàn thành sứ mạng một cách tốt nhất, ông vâng phục tất cả các mạng lệnh. Năm 1982, ông sáng lập Hội Thánh Manmin Joong-ang tại Seoul, Hàn Quốc, tại đây nhiều công việc của Chúa kể cả những phép lạ chữa lành, những dấu lạ đã và đang xảy ra đến mức không kể xiết.

Năm 1986, Mục sư Lee được thụ phong tại Hội Thánh Annual Assembly Jesus Sungkyul Hàn Quốc, bốn năm sau, 1990, những bài giảng luận của ông bắt đầu được phát sóng bởi Tập Đoàn Phát Thanh Viễn Đông, Đài Phát Thanh Á Châu, và Hệ thống Truyền thanh Cơ Đốc Nhân Washington, Úc, Nga, Philipines, và nhiều quốc gia khác.

Ba năm sau, 1993, Hội Thánh Manmin Joong-ang được tạp chí Cơ Đốc Nhân Thế Giới (US) tuyển chọn, xếp vào "50 Hội Thánh Hàng Đầu Thế Giới" và ông nhận học vị Tiến Sĩ Danh Dự Thần Học của Trường Đại Học Niềm Tin Cơ Đốc Nhân, Florida, USA, năm 1996, nhận học vị Tiến sĩ Mục Vụ tại Trường Thần Học Kingsway, Iowa, USA.

Kể từ năm 1993, Mục sư Lee đã bước vào sứ mạng truyền giáo Toàn cầu qua nhiều chiến dịch hải ngoại tại Tanzania, Argentina, L.A., Baltimore City, Hawaii, and New York City of the USA, Uganda, Japan, Pakistan, Kenya, Philipines, Honduras, India, Russia, Germany, Peru, Cộng Hòa Dân Nhân Dân Công Gô, Y-sơ-ra-ên và Estonia.

Năm 2002, ông được nhiều tạp chí Cơ Đốc có uy tín tại Hàn Quốc công nhận là "Mục sư toàn cầu" vì những chức vụ đầy quyền năng của mình trong nhiều chiến dịch hải ngoại có liên quan đến nhiều Chiến Dịch Liên Minh Kỳ Diệu tại hải ngoại. Đặc biệt, 'Chiến Dịch New York 2006' của ông được tổ chức tại Madison Square Garden, một đấu trường nổi tiếng nhất thế giới. Sự kiện này được phát sóng đến 220 quốc gia, và trong 'Chiến Dịch Liên Hiệp Y-sơ-ra-ên 2009' của ông được tổ chức tại Trung Tâm Hội Nghị Quốc Tế ở Giê-ru-sa-lem - International Convention Center (ICC), ông đã dạn dĩ công bố Chúa Giê-su Christ là Đấng Mê-si-a và là Đấng Cứu Thế.

Những bài giảng của ông đã được phát sóng đến 176 quốc gia qua vệ tinh kể cả GCN TV và được tạp Cơ Đốc Nga In Victory và các tạp chí Cơ Đốc điện tử xếp hạng ông là một trong mười Lãnh Đạo Cơ Đốc có ảnh hưởng nhất của năm 2009 và 2010 về chức vụ phát sóng đầy quyền năng và mục vụ giúp đỡ hội thánh hải ngoại của ông.

Đến tháng 12, năm 2016, Hội Thánh Trung Tâm Manmin là một giáo hội có hơn 120.000 tín đồ. Có 11.000 chi nhánh trong và ngoài nước, kể cả 56 chi nhánh trong nước, và hơn 102 giáo sĩ được ủy thác đến 23 quốc gia, bao gồm Hoa Kỳ, Nga, Đức, Canada, Nhật, Trung Quốc, Pháp, Ấn Độ, Kenya, và nhiều nơi khác.

Cho đến ngày xuất bản sách này, Tiến Sĩ Lee đã viết được 105 cuốn sách, bao gồm những cuốn bán chạy nhất: Ném Trải Cuộc Sống Đời Đời Trước Khi Chết, Đời Tôi và Niềm Tin I & II, Sứ Điệp Thập Tự Giá, Tầm Thước Đức Tin, Thiên Đàng I & II, Địa Ngục, Thức Tỉnh Y-sơ-ra-ên! và Quyền Năng Đức Chúa Trời. Những tác phẩm của ông đã được phiên dịch trên 76 ngôn ngữ khác nhau.

Các mục báo Cơ Đốc của ông xuất hiện trên The Hankook Ilbo, The JoongAng Daily, The Dong-A Ilbo, The Munhwa Ilbo, The Seoul Shinmun, The Kyunghyang Shinmun, The Hankyoreh Shinmun, The Korea Economic Daily, The Korea Herald, The Shisa News, và The Christian Press.

Tiến Sĩ Lee hiện nay là lãnh đạo của nhiều tổ chức truyền giáo và hiệp hội, bao gồm: Chủ Tọa Liên Hiệp Hội Thánh Phúc Âm Đấng Christ; Chủ Tịch Sứ Mạng Toàn Cầu Manmin, người sáng lập Manmin TV; Nhà Sáng Lập & Ban Chủ Tọa Mạng Lưới Cơ Đốc Nhân Toàn Cầu (GCN), Mạng Lưới Bác Sĩ Cơ Đốc Nhân Toàn Cầu (WCDN), và Trường Thần Học Quốc Tế Manmin (MIS).

Những sách khác đầy quyền năng cùng tác giả

Thiên Đàng I & II

Một bản phát thảo chi tiết về một môi trường sống huy hoàng tráng lệ mà những công dân thiên đàng sẽ vui sống và một sự mô tả tuyệt vời về những cấp độ khác nhau của các vương quốc thiên đàng.

Nếm Trãi Sự Sống Đời Đời Trước Cái Chết

Ký thuật của Tiến Sĩ Jaerock Lee, một con người được tái sanh, được cứu ra khỏi trũng bóng chết và đang có một cuộc sống Cơ Đốc Nhân mẫu mực.

Địa Ngục

Một sứ điệp khẩn thiết cho nhân loại từ Đức Chúa Trời, Đấng không muốn một linh hồn nào chết mất trong hỏa ngục. Bạn sẽ khám phá ra hiện thực tàn khốc chưa-bao-giờ-được-phơi-bày-ra-trước-đây của Âm phủ và

Đời Tôi, Và Niềm Tin I & II

Tự truyện của Tiến Sĩ Jaerock Lee đem lại cho độc giả một mùi hương thiêng liêng tuyệt vời nhất qua đời sống của ông được chiết xuất từ tình yêu của Đức Chúa Trời được trổ hoa trong giữa đợt sóng đen tối, ách lạnh lùng và những thất vọng khó lường nhất.

Tầm Thước Đức Tin

Nơi ở và vương miện nào trên thiên đàng đang chờ chúng ta? Sách nầy cung cấp cho chúng ta sự khôn ngoan và hướng dẫn chúng ta phương cách để có thể biết được lượng đức tin của mình và trưởng dưỡng lượng đức tin ấy một cách tốt nhất và trưởng thành nhất.

www.urimbooks.com

www.ingramcontent.com/pod-product-compliance
Lightning Source LLC
LaVergne TN
LVHW012013060526
838201LV00061B/4285